கிரேஸி கிரியேஷன்ஸின்

சாக்லேட் கிருஷ்ணா

கிரேஸி

மோகன்

AF518458

அறிவே விளக்கு

அல்லயன்ஸ்

அல்லயன்ஸ்

[125 - வது ஆண்டைக் கொண்டாடும் முதல் தமிழ்ப் புத்தக நிறுவனம்]

சாக்லேட் கிருஷ்ணா

Chocolate Krishna

உரிமைப் பதிவு

முதற் பதிப்பு : 2025

அட்டை ஓவியம்: கேஷவ்

விலை : **ரூ. 150/-**

ISBN	:	978-93-6358-000-8
Total No. of Pages	:	96 Pages
Laser Typeset	:	Rani Graphics, Chennai - 04
Printing	:	Repro Books Ltd., India

THE ALLIANCE COMPANY

Publishers & Booksellers

Old No. 244, New No. 64, Ramakrishna Mutt Road, Mylapore, Chennai - 600 004.

Tel.: **044 - 2464 1314** | Mob.: **928 928 1314**

www. alliancebook.com ⬩ email: books@alliancebook.com

சமர்ப்பணம்

திரு.நீலு என்னும் நீலகண்டன்

40 வருடங்களுக்கு மேலாக திரு.சோ அவர்களின் நாடகக்குழுவில் இருந்த ஒரு அற்புதமான மனிதர். 2008 முதல் திரு.சோ அவர்களின் முழு சம்மதத்துடன் கிரேஸி கிரியேஷன்ஸில் இணைந்தார். சாக்லேட் கிருஷ்ணா நாடகத்தில் முதல் 800 அரங்கேற்றங்களில் நம்மோடு இருந்த மிகச் சிறந்த நடிகர். இன்றும் அதே சாக்லேட் கிருஷ்ணா ஆயிரம் ஷோக்களையும் தாண்டி மிகச் சிறப்பாக போய்க்கொண்டிருப்பது என்றால், **Crazy** மோகன் சொன்னபடி, நீலு அண்ணா, **"Lucky Charm''** தானே! அண்ணா இருக்கும் இடத்தில் எப்பொழுதும் சிரிப்பு இருக்கும். எவ்வளவு உயர்ந்தாலும் தன் வேலையை தானே செய்வது சாலச்சிறந்தது எனும் மிகப்பெரிய பாடம் அவரிடமிருந்து கற்கவேண்டிய ஒன்று.

திரு.சோ அவர்கள் நீலு அண்ணா பற்றி பெருமையாக எப்போதுமே கூறக்கேட்டது, **"He is a good creation of God .''**

'Crazy' Thoughts

ஒரு கலைஞன் இல்லாதபோதும் பெருமை தொடரலாம். ஆனால் அப்பெருமை அக்கலைஞன் இருந்தபோது உருவாக்கியது.

அவர் இப்போது இல்லை என்பது என் மனதிற்குள் பதிவாகவில்லை. 'கிரேசிக்கு ஒரு போன் போடலாமே' என்று ஒரு வினாடி சிந்தனை தோன்றி மறைவதும் உண்டு.

என் மனதிலும், என் தொடர்பு எண் பட்டியலிலும் அழியாத, அழிக்க முடியாத சில பெயர்கள் இருக்கின்றன. KB சார், நாகேஷ் சார், அனந்து சார், சந்திரஹாசன்... இப்போ மோகன். இது நட்பையும் தாண்டியது. அவரை மோகனஹாசன் என்றே சொல்லலாம்.

Crazy மோகன் is a simple man. 'இது நான் சொன்னது, இது நான் எழுதினது, இது என்னோடது' என்று அவருக்கு எந்த எண்ணமும் கிடையாது. தான் சிந்தித்தவற்றை, பக்கத்தில்

இருப்பவர்களுக்குக் கொடுப்பதில் அவருக்கு ஒருபோதும் எந்தத் தயக்கமும் இருந்ததே இல்லை. பேனாவைத் திறந்தால் எழுத்து வரும்.

வரும் என்கிற நம்பிக்கை இருப்பவர்களுக்கு மட்டும்தான் அந்தத் துணிச்சல் வரும். அவரிடம் நகைச்சுவை மட்டும்தான் இருந்ததே தவிர, போட்டி, பொறாமை, வீண் வம்பு என்று எதையும் நான் பார்த்தது இல்லை.

அவருடைய craziness ஒரு ஒட்டுவாரொட்டி. எனக்கும் அந்த வியாதி உண்டு. அதை நான் சந்தோஷமாகப் பயன்படுத்திக்கொண்டு இருக்கிறேன்.

மோகன் மாதிரி tangential-ஆக humour யோசிக்கிற ஆள் ‘யாம் அறிந்த இந்தியாவிலே எங்கும் காணோம்.’ இதை பாரதி சொன்ன அதே திமிருடனேயே நானும் சொல்கிறேன்.

நாகேஷ், மௌலி, நான், மோகன் எல்லாம் ஒரு lineage. I definitely think a connecting wire runs between us. என் கதையில், அவர் கதை கொஞ்சம் கலக்காமல் இருக்காது. மோகன் கதையில் மௌலி சார் கதை கலக்காமல் இருக்காது.

இந்தியாவின் பெரிய காமெடி writer Mohan. ஆனால் உள்ளுக்குள் சீரியஸான ஆள். அவரது சீரியஸ் முகத்தை அவர் வெளியே கொண்டுவரவே இல்லை என்கிற என் வருத்தத்துக்கு பதில்தான் அவரோட ‘ரமணாயணம்’.

பொதுவாக சுடுகாடு என்பது முடிவைக் குறிக்கும். ஆனால் St. Mary's இடுகாட்டில் ஆரம்பித்த எங்கள் நட்பு, இன்றும் என்றும் Mohan அவர்களின் நகைச்சுவையைப் போல காலத்தால் அழியாதிருக்கும்.

கமல்ஹாசன்

22.08.2024

வாழ்த்துரை

திரு. கிரேஸி மோகன் அவர்களின் எழுத்தாற்றல் தனி பிரசித்தி உடையது. அவரை சுமார் 33 வருடத்திற்கு முன்பாக எனது நண்பர் திரு இராமநாதன் (பழம்பெரும் கர்நாடக சங்கீத வித்வான் திரு. ராம்நாத் அவர்களின் மகன்) அவர்களால் அறிமுகப்படுத்தப் பட்டேன். திரு. மோகன் அவர்களின் எழுத்தாற்றல், வசனம் என்றும் ஒரு unbelievable humour with profound message. மேலும் அவரது பாணியில் வம்புகளுக்குக் கண்டிப்பாக இடமில்லை. இது யார் மனதையும் புண்படுத்தாத humour. சிறிய குழந்தைகள் முதல் வயதானவர்கள் வரை ஈர்க்கும் இவரது பாணி. திரு. கிரேஸி மோகன் had a very great value system with which he lived, has made him a distinct human being.

Very happy to note that his able brother Mr. Madhu Balaji along with Crazy Creations team are carrying the legacy of Mr. Mohan with young fresh talents, thus keeping his humour and dialogues alive for next generation. This book containing Mohan's work is a great tribute for his contribution.

ரவி அப்பாசாமி

இந்த நாடகம்

இந்த நாடகத்தை 2008ல எடுத்தோம். 2003ல் 'கிரேஸி கோஸ்ட்' எடுத்தோம். அதுக்கப்புறம் ஒரு 5 வருஷம் Gap. அந்தச் சமயத்துல சீனு மோகன் குழுவை விட்டுட்டுப் போயிட்டான். இது வரைக்கும் மாது சீனுவை வெச்சுத்தான் எல்லா நாடகத்தையும் பண்ணியிருக்கோம். அதனால இதை எந்த மாதிரி பண்ணலாம்? அவனுக்கு 'ஹெல்த்' பிராப்ளம். மேலும் சினிமா வாய்ப்பு... எல்லாம் சேர்ந்து அவனால பண்ண முடியலை. அதனால இதுல எப்படி பண்ணலாம்னு யோசிச்சோம்.

அப்போ மோகன் என்ன சொன்னான், 'I will take a lead role. எனக்கும் ஒரு நல்ல கேரக்டர் ரோல் எடுத்துப் பண்ணணும். அதுக்கு ஒரு நல்ல சப்ஜெக்ட்டை பிடிக்கணும்.' அப்போ எல்லோரும் என்ன யோசிச்சோம்னா, 'கடவுள் கீழே இறங்கி வந்து, மனிதனை சந்திக்கறது!' - அந்த மாதிரி ஒரு நாடகம் பண்ணலாமே! சோ பண்ணியிருக்கார். வாலி 'கலியுகக் கண்ணன்'னு பண்ணியிருக்கார். அப்புறம் அந்தக் காலத்துலயே, 'கடவுளும் கந்தசாமி பிள்ளையும்'னு ஒரு கதை வந்துது. இது மாதிரி நிறைய பேர் பண்ணியிருக்காங்க. நாம ஒரு different angleல இதை பண்ணலாமேன்னு யோசிச்சோம். அப்போ எதிர்த்த வீட்டுலேந்து ஒரு குழந்தை வந்துது.

அந்தக் குழந்தைகிட்ட மோகன் கேஷுவலா 'என்னோட அடுத்த டிராமா என்ன தெரியுமா? 'சாக்லேட் கிருஷ்ணா'ன்னு சொன்னான். 'ஓ'ன்னு சிரிச்சுது அந்தக் குழந்தை. 'அங்கிள் ரொம்ப சூப்பரா இருக்கு அங்கிள். என்ன கதை அங்கிள்?'ன்னு கேட்டுது. 'கடவுள் கிருஷ்ணர் நேர்ல வந்து, மாதுவை 'மீட்' பண்ணி, அவனோட பிரச்ச னைகளை தீர்த்து வைக்கிறார். அவனுக்கு ஒரு 4, 5 பிரச்சனைகள் இருக்கு. அதை தீர்த்து வெச்சுட்டு கடவுள் கிருஷ்ணர், 'இனிமேல் நீ சொந்தக் காலில் நில்லு'ன்னு சொல்லிட்டு கிளம்பிப் போறார். இதுதான் கதை'ன்னு மோகன் சொன்னான். அந்தக் குழந்தைக்கு ரொம்ப பிடிச்சுது.

என் கிட்ட வந்து சொன்னான் மோகன். 'என்ன மோகன்? 'சாக்லேட் கிருஷ்ணா'ன்னா பொருத்தமாவே இல்லையே!'ன்னு சொன்னேன். 'பைத்தியம் மாதிரி பேசாதே! அந்தக் குழந்தை எப்படி சந்தோஷப்பட்டது பார்! இந்த நாடகத்தை நான் குழந்தை களுக்காகவே ஸ்பெஷலா எழுதறேன். நீ பாரு! இது மிகப் பிரமாதமா, 'சூப்பர் ஹிட்'டாகப் போறது. என்னோட நாடக வாழ்க்கையில் ஒரு பெரிய 'மைல் ஸ்டோன்' ஆ இருக்கப் போறது' அப்படின்னு மோகன் சொன்னான். அந்த மாதிரி 'எக்ஸ்க்ளூஸிவ்' வா குழந்தைகளுக்காகவே மோகன் எழுதினான். டைலாக்ஸ் எல்லாத்தையும் பார்த்தாலே 'ஒன் லைனர்'ஆ இருக்கும். So easy to perform, easy to deliver. But more comedy இருக்கும். வரிசையா ஜோக்ஸ் இருக்கும். முழுக்க முழுக்க நகைச்சுவை நாடகம்.

இந்த 'ஹியூமர்'ங்கறது குழந்தைகளுக்கு ரொம்ப பிடிக்கும்; கிருஷ்ணர் ரொம்ப பிடிக்கும்; சாக்லேட்டும் குழந்தைகளுக்கு ரொம்ப பிடிக்கும். கிருஷ்ணர் is also associated with humour. அழகு, ஹியூமர், சர்ப்ரைஸ், கெட்டிக்காரத்தனம் எல்லாத்தையுமே கிருஷ்ணருக்குச் சொல்லலாம். 5 வயசுலேந்து 90 வயசு வரைக்கும் எல்லாருக்குமாக எடுக்கப்பட்ட நாடகம். மிகப் பிரமாதமா போச்சு இந்த நாடகம். இதுவரைக்கும், இப்போ புஸ்தகமா வெளி வர வரைக்கும் 1150 ஷோ போட்டுருக்கோம். நாடக உலகத்தில் இது மிகப்பெரிய சாதனை என்று சொல்லலாம். டிராமா இண்டஸ்ட்ரீல இது மிகப் பெரிய ரெகார்டு. 10, 12 வருஷத்துல தொடர்ந்து நாங்கள் இந்த நாடகத்தை 1000 ஷோ போட்டுருக்கோம். கிரேஸி மோகன் மறைந்த பிறகுகூட, கே.கே. ரவி ஷங்கர்ன்னு ஒருத்தன் இந்த ரோலை எடுத்துப் பண்ணி, இன்னி வரைக்கும் வெற்றிகரமா கிட்டத்தட்ட 150 ஷோக்கு மேல போட்டுருக்கோம். இந்த நாடகம் போகாத நாடுகளே கிடையாது. உலகம் முழுக்க நாங்க போட்டுருக்கோம். அமெரிக்காவுல மட்டும் 34 ஷோ போட்டுருக்கோம். மிகப் பிரமாதமான வெற்றியைத் தேடித் தந்த நாடகம் இது.

மாது பாலாஜி

அல்லயன்ஸ்ஸூடன் அல்லயன்ஸ்...

125 வருஷங்களாக இருக்கும் அல்லயன்ஸ் கம்பெனியுடன் எங்களுக்கு ரொம்ப வருஷங்களாகத் தொடர்பு உண்டு. எங்க அப்பா மைலாப்பூர் பிராஞ்ச் இந்தியன் பாங்க்ல அக்கௌண்ட்டண்ட்டா இருந்த காலத்துலேந்தே தொடர்பு உண்டு. அங்கிருந்து நிறைய புஸ்தகங்களை வாங்கி படிச்சிருக்கார்... விரும்பி கேட்டு வாங்கிப் படிப்பார். ஸ்ரீநிவாஸனுடைய அப்பாகிட்டயும், ஸ்ரீநிவாஸன்கிட்டயும் கேட்டு வாங்கிப்பார். ஏன்னா, எங்க அப்பாவுக்கு படிக்கற ஆர்வம் ரொம்ப உண்டு. எங்க அப்பா மாதிரியே மோகனுக்கும் படிக்கற ஆர்வம் இருந்து, அவனும் அல்லயன்ஸ் கம்பெனிலேந்து நிறைய வாங்கி படிப்பான்.

மோகன் எழுத ஆரம்பித்து, ஒரு கட்டத்துல, மைலாப்பூர்ல ஸ்ரீநிவாஸனை சந்திக்கறச்சே எல்லாம், 'சீனு...! நான் உங்க ஆபீஸுக்கு வரேன்... வரேன்...! எங்க டிராமாவ எல்லாம் புஸ்தகமாப் போடணும்' என்று சொல்லிக் கொண்டே இருப்பான். ஸ்ரீநிவாஸன் சாரும் 'வாங்க சார்... வாங்க சார்...'ன்னு சொல்லிக் கொண்டே இருப்பார். சோ சாரும் மோகன் கிட்ட, 'உன் புஸ்தகங்களை யெல்லாம் அல்லயன்ஸ் மூலமா கொண்டு வா. பாதுகாப்பா இருக்கும். நாளைக்கு வருங்கால சந்ததியினருக்கு மிகவும் usefulஆ இருக்கும்' என்று ஒரு தடவை சொன்னார்.

இந்த முயற்சி ரொம்ப நாளா நடந்துண்டே இருந்தது. எல்லாத்துக்கும் மேல மோகன் தன்னுடைய 'டைரி'யில எழுதி வெச்சிருந்தான். அதை நான் மோகன் இறந்து போனதுக்கப்புறம்தான் பார்த்தேன். 'என்னுடைய எழுத்துக்கள் அனைத்தும், நாடகங்கள் மட்டுமல்ல, அனைத்து எழுத்துக்களும் அல்லயன்ஸ் கம்பெனி மூலம்தான் வெளிவரவேண்டும்' என்று எழுதியிருந்தான். ஆனால், முன்னாடி நாங்கள் ஓரிரு புத்தகங்களை வேறு சில பதிப்பகங்களுக்குக் கொடுத்திருந்தோம். அதையெல்லாம் கூட, அவர்களிடம் அனுமதி பெற்று, அல்லயன்ஸ் கிட்ட கொடுத்திருக்கேன். என்ன காரணம்னா, என்னுடைய future generation பேரன்... கொள்ளு பேரன்.... இவங்களெல்லாம் மைலாப்பூர்லதான் naturalஆ வாழப் போறாங்க. இல்லை... வேற எங்கயாவது இருந்தாக்கூட, இந்தப் பக்கம் வந்தால், அவங்களுக்கு தாத்தாவோட contributions வேணும்னா அவர்கள்

அல்லயன்ஸுக்குப் போய் வாங்கிக் கொள்ளலாம். ஒரே இடத்துல எல்லாம் இருந்துதுன்னா சௌகரியமா இருக்கும். அதனாலதான் நான் உடனடியாக ஸ்ரீநிவாஸனிடம் தொடர்பு கொண்டு, வேலையைத் துவக்கினோம்.

ஸ்ரீநிவாஸனுடைய மகன் பிரஷாந்த்தான் என்னுடன் co-ordinate பண்ணினார். Excellent person. அதாவது கண்டிப்பா அல்லயன்ஸ் ஒரு 70...80... வருஷங்களுக்கு Solidஆ இருக்கப் போறதுங்கறதுக்கு உதாரணம் பிரஷாந்த். ஒவ்வொரு விஷயத்தையும் கேட்டுக் கேட்டு, அவ்வளவு நன்றாக வேலை செய்கிறான். இது எனக்கு மிகவும் சந்தோஷம். ஏன்னா.. வேலை ரொம்ப speedஆக நடக்கிறது. மோகனுடைய எழுத்துக்கள் அனைத்தும் புஸ்தக வடிவில், அல்லயன்ஸ் மூலம் வெளிவரும்.

சோ அவர்கள் சொன்ன 'ஜோக்' ஒண்ணுதான் ஞாபகத்துக்கு வருது. 'ஜெனரல்லா அல்லயன்ஸ்னாக்கா ஒரு எலக்ஷன் வரைக்கும் கூட தாங்காது. நூறு ஆண்டுகள் தாங்கின அல்லயன்ஸ் இந்தியாவிலேயே இது ஒண்ணுதான் இருக்கும்.' சோ சொன்னதையேதான் நானும் சொல்றேன். எங்கள் கிரேஸி மோகன், கிரேஸி கிரியேஷன்ஸ் கூட வந்த அல்லயன்ஸ் காலம் முழுவதும் நீடிக்கும் என்று உறுதியாக சொல்கிறேன்.

மாது பாலாஜி

Thank You...

I thank our sponsors - **Appaswamy Real Estates, iSolve, The India Cements Limited, Leap Sports and Chennai Super Kings** - for having sponsored our stage plays for the past 35 years.

- Maadhu Balaji

I also appreciate the help of Shri. S. L. Nanu, Smt. Uthra Srinivasan and Smt. Shiela Srinivasan in bringing out this book.

இயக்குனரின் பார்வை

'குழந்தைகளுக்கு எங்கள் நாடகம் மிகவும் பிடிக்கிறது. அதனால் பெற்றோர்களும் டிக்கட் வாங்கிக்கொண்டு தங்கள் மகன்-மகள்களோடு வந்து ரசிக்கிறார்கள்' என்ற தகவல் எங்களுக்கு வந்து சேர 'கிரேஸி' சிந்தனை அதன்பால் சென்றது.

குழந்தைகளுக்கு மிகவும் பிடித்தது 'சாக்லேட்'. குழந்தைகளுக்கு மிகவும் பிடித்தவர் 'கிருஷ்ணா'. ஆகவே 'சாக்லேட் கிருஷ்ணா' என்ற நாடக டைட்டில் மோகன் சிந்தனையில் உதித்தது.

அந்தச் சமயம் நான் பார்த்த ஒரு ஆங்கிலப் படத்தில் 'இன்றைய காலகட்டத்தில் கடவுளே நேரில் வந்து தனது பக்தனுக்கு பல ஜகஜ்ஜால வேலைகள் செய்து உதவுகிறார்'. உடனே கிரேஸி மோகனிடம் இந்தக் கதையைக் கூறி, இதையே சாக்லேட் கிருஷ்ணாவாக்கலாம் என்றேன். அதற்கு அவர் சிரித்து விட்டுக் கூறினார், ''ஒரு அமானுஷ்ய சக்தி வெளிப்பட்டு பல மேஜிக்குகள் செய்து கதாநாயகனுக்கு உதவுவது என்ற கதைக்கு ஏன் இங்கிலீஷ் படத்துக்குப் போகணும். 30 வருடங்களுக்கு முன் 1979ல் நம் முதல் நாடகம் 'அலாவுதீனும் 100 வாட்ஸ் பல்பும்' இதேவிதமான

கதை தானே. நீதானே டைரக்ட் செஞ்ச... மறந்துட்டாயா'' என்றார். சொரேர் என்று எனக்கு உண்மை உறைத்தது. அன்றைய காலகட்ட அலாவுதீன் இன்றைய காலகட்ட கிருஷ்ணாவானார்.

எழுத்தாளர் கிரேஸி மோகன் பொதுவாக, புது நாடகம் அரங்கேறும் நாளுக்கு மிகவும் சமீபம் வரை அந்த நாடகக் காட்சி களை எழுதிக்கொண்டிருப்பார். அதனால் நடிகர் கிரேஸி மோகனுக்கு சிறிய வேடங்களிலேயே நடிக்க முடியும். மாது பாலாஜிதான் பெரிய வேடங்களில் நடிப்பார். ஆனால் சாக்லேட் கிருஷ்ணா நாடகத்தில் அவர்தான் கிருஷ்ணர் வேடம் செய்கிறார் என்று முடிவானவுடன் மோகன் மிகவும் துரிதமாக எழுத்து வேலையை முடித்து நடிப்பதற்கு தயாராகி விட்டார்.

நாடகப் போக்கில் பல தந்திர வித்தைகள் இடம் பெற்றன. அவற்றை எங்கள் உற்ற நண்பர் - திரு காத்தாடி ராமமூர்த்தி அவர்கள் குழுவைச் சேர்ந்த மேஜிக் கலைஞர் திரு சிவாஜி சதுர்வேதி அவர்கள் பிரமாதமாக அமைத்துக் கொடுத்தார்.

சாக்லேட் கிருஷ்ணா நாடகம் முதல் முதல் IPL கிரிக்கெட் போட்டிகள் 2008ல் தொடங்கிய போது அரங்கேறியது. இன்றும் IPL போல் 1000 காட்சிகளுக்கு மேல் உலகெங்கும் மேடையேறி தமிழ் நாடக சரித்திரத்தில் ஒரு புதிய அத்தியாயத்தை ஏற்படுத்திக் கொண்டிருக்கிறது.

S.B. காந்தன்

மோகனுடன் நான்...

Remembering 'Crazy' and His 'Krishna'

Stepping into 'Crazy' Mohan's home for formal Q and A sessions were always a treat. The camaraderie with which he would welcome me and the warmth with which he would see me off at the gate after the meetings spoke volumes about the simplicity of the ingenious humorist! Even after one pleasurable exchange concluded, I would start looking forward to the next! It wasn't just his spontaneous humour. It was also his genuine geniality that made him unique. Not often does an interviewer get a chance to interact with such an ebullient achiever as 'Crazy' Mohan.

I vividly remember our conversation about his just inaugurated play, 'Chocolate Krishna'. The brilliant spontaneity and the admirable humility that was woven into the warp and weft of every response enhanced the joy. All of us who rubbed shoulders with him must have had a similar experience.

Why did Mohan decide to call the play 'Chocolate Krishna'? "Kids are our target audience. Once they like you, elders are bound to follow suit," he said. When I witnessed the play later, I realized how spot on he was. Children love chocolates and Krishna's pranks and ploys have timeless appeal for the young and old. The hall had several children waiting for Krishna to appear on stage! 'Crazy' Mohan must be the only actor to have portrayed Krishna as a bespectacled God and the best part is that his audience accepted it enthusiastically!

Shivaji Chaturvedi, an actor and a Theatre enthusiast, was a trained magician too. Shivaji's enthusiasm knew no bounds when Mohan sought his expertise to make Chocolate Krishna's tricks spell binding on stage. "Humour can be magical if done well but when we wanted a blend of magic and humour it had to be perfected before we went on stage," Mohan told me. Mohan took just a fortnight to master the craft. "The number of tricks used had to be restricted as I didn't want it to be a full-blown magic show," laughed Mohan. Padma Subrahmanyam's Bharatanatyam ballet 'Krishnaaya Thubyam Namaha' and the yesteryear Tamil film, 'Kaliyuga Kannan,' inspired Mohan and led him to 'Chocolate Krishna'.

Once as I was walking down the road where I live, I saw 'Crazy' Mohan coming out from director Suresh Krissna's home. Both of us were pleasantly surprised at the unexpected meeting. "Mr. Krishna had invited me over for a discussion," he explained. The duo's 'Aaha' had been a roaring hit and I presumed another such rip-roaring project could be on the cards. Only later did Mr. Krissna tell me, "I did want Mohan to work with me again, [probably for the small screen] but he said he was too committed to his 'Crazy Creations' and its members to think of anything outside of it."

I thought of Mohan's words to me earlier. He had said that his troupe meant a lot to him. "I cannot do projects for the stage or the small screen without them and that includes my brother. After all, they've been with me for more than three decades." The commitment remained so till the end!

As Balaji gears up to bring out Mohan's plays in print and as e-books, the incomparable humour ace must be smiling with joy from above, possibly with Lord Krishna beside him.

Stage, cinema or books, this inimitable creator will live on.

Malathy Rangarajan

மோகனுடன் நான்...

கிரேஸி மோகனுக்கு நல்ல குரல் வளமுள்ள வசனத்தை உரக்க பேசி நல்ல உச்சரிப்போடு நன்றாக நடிக்கக்கூடிய நடிகர்களை மிகவும் பிடிக்கும். அந்த வகையில் என்னை மோகனுக்கு மிகவும் பிடிக்கும். 'சுந்தா உனக்கு நல்ல கணீர் குரல் மைக்கே தேவையில்லை, நீ நன்றாக நடிக்கறடா' என்று பல முறை மனதார பாராட்டி உள்ளார்.

1980-81 காலகட்டத்தில் எனது ரேடியோ நாடகங்களில் நான் நடித்த கதாபாத்திரங்கள் அவரை மிகவும் ஈர்த்தது. மேலும் நான் கபாலி பைன் ஆர்ட்ஸில் கமிட்டி மெம்பராக இருந்த சமயம் சபா சார்பில் நான் நடித்த பல நாடகங்களை பார்த்து பாராட்டியுள்ளார். ஒருசமயம் நான் குடந்தை மாலி குழுவில் நடித்த போது, நாடகத்தை பார்த்து என்னை வெகுவாக பாராட்டினார். தவிர நாங்கள் குடியிருந்த சோலையப்ப முதலித்தெருவிற்கு எதிர் வீட்டில் எங்கள் அம்மாவின் நெருங்கிய நண்பர் கோமளா சித்தியை பார்க்க மோகன் அடிக்கடி வருவார். அப்போது என்னை பார்த்தபொழுது 'டேய் சுந்தா, நீ இங்கதான் இருக்கியா? ஏன்டா நம்ம ட்ரூப்ல வந்து நடியேன்டா' என்று சொன்னார். கரும்பு தின்னக் கூலியா, அடுத்த நாளே நான் கிரேஸி கிரியேஷன்ஸில் சேர்ந்து விட்டேன்.

சுமார் 1980-81லிருந்து பல விதமான கதாபாத்திரங்கள் செய்துவருகிறேன். எனக்கு நல்ல பெயர் வாங்கிக்கொடுத்த கதாபாத்திரங்கள் பல. 'சாக்லேட் கிருஷ்ணா' நாடகத்தில் பாட்டி கதாபாத்திரத்தில் 1500 முறை நடித்துள்ளேன். இதற்காக மைலாப்பூர் அகாடமி, சர் தியாக பிரம்ம கான சபா, ரோட்டரி கிளப், மற்றும்

குரோம்பேட் கல்சுரல் அகாடமி போன்ற சபாக்களில் பல உயரிய விருதுகள் பெற்றுள்ளேன். அதேபோல் கூகுள் கடோத்கஜன் நாடகத்தில் Dual Role - மாதுவின் பாட்டி, மற்றும் இளம் பெண் கௌசல்யா. இதில் கிட்டத்தட்ட 300 நாடகங்களில் நடித்துள்ளேன். 'ஒரு பேபியின் டைரிக் குறிப்பு' நாடகத்தில் மாதுவின் மைத்துனன் உப்பிலியாக நடித்துள்ளேன்,சுமார் 500 முறை அரங்கேற்றி உள்ளோம். மேலும் மிகுந்த பாராட்டுக்கள் கிடைத்த நாடகம். 'ரிட்டர்ன் ஆஃப் கிரேஸி தீவ்ஸ்' - இதில் இரண்டு சீன் வந்தாலும் அற்புதமான கதாபாத்திரம் - அபசகுணம் அப்பண்ணா சாஸ்திரி ரோல் மிகவும் பிரபலமான நாடகம்... அந்தக் கதாபாத்திரம் எனக்கு நல்ல பெயரை வாங்கிக் கொடுத்தது.

அடுத்து கிரேஸி மோகனின் favourite நாடகம் 'அன்புள்ள மாதுவிற்கு' (36 Beerangi Lane). சமையல்காரர் மோகனுக்கு assistant வரதனாக இருவரும் கலக்கிய அற்புதமான நாடகம், சுமார் 300 நாடகங்களில் நடித்துள்ளேன். மேலும் மீசை ஆனாலும் மனைவி, மேரேஜ் மேட் இன் சலூன், மாது +2, மதில் மேல் மாது இப்படி பல நாடகங்களில் பல கதாபாத்திரங்களில் நடித்துள்ளேன். அனைத்து TV சீரியல்களிலும் - குறிப்பாக 'சாட்டிலைட் சாமியார்' சீரியலில் - கான்ஸ்டபிள் நாயுடு ரோல் கொடுத்து நடிப்பில் என்னை மெருகேற்றிய புகழ் திரு கிரேஸி மோகனையே சாரும். இப்போது மோகன் மறைவிற்குப் பிறகு சில நாடகங்களில் அவருடைய கதாபாத்திரமும் ஏற்று நடித்து வருகிறேன்.

நான் மோகனிடம் கற்றுக்கொண்ட நல்ல விஷயங்கள் - சக கலைஞர்களை மனமார வஞ்சனை இல்லாமல் பாராட்டுவார். யாரையும் நிந்தனை செய்ய மாட்டார். சிறந்த ஓவியர், சிறந்த கவிஞர். தமிழ் இலக்கியவாதி, மிகச்சிறந்த ஆன்மீகவாதி. மிகச் சிறந்த மனித நேயமுள்ளவர். அப்படிப்பட்ட நற்குணம் படைத்த கிரேஸி மோகனோடு கலைப்பணி ஆற்ற பல ஊர்கள் , பல நாடுகள் சென்று பயணித்ததில் மட்டற்ற மகிழ்ச்சியும் பெருமையுமாக உள்ளது. எல்லா புகழும் இறைவனுக்கே என்பது போல் எங்களின் எல்லா புகழுக்கும் காரணமாக இருந்த என் அன்பு கிரேஸி மோகனையே சேரும். கிரேஸி மோகன் புகழ் நாடக நகைச்சுவை உலகில் என்றென்றும் நிலைத்து நிற்கும்... அவர் வழியில் அணு அளவும் குறையாமல் கிரேஸி கிரியேஷன்ஸை நல் வழி நடத்திச் செல்லும் அவர் தம்பி அன்பன் மாது பாலாஜிக்கு பாராட்டுக்கள்.

பாட்டி சுந்தரராஜன்

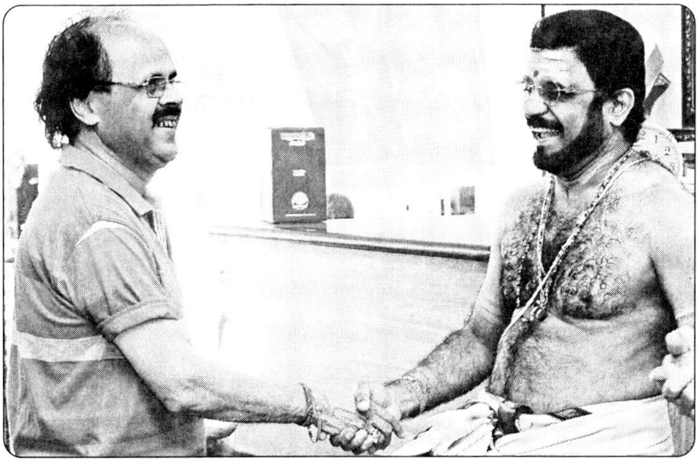

பாலாஜி கிட்ட பேசிட்டேன்

'சீனு! நான் கமலோட டிஸ்கஷன் டிஸ்கஷன்னு ரொம்ப பிஸியா இருக்கேன். ஆனால் பாலாஜி கிட்ட பேசிட்டேன். அவனை 'ஸ்க்ரிப்ட்' எல்லாம் எடுத்துண்டு வந்து உன்கிட்ட கொடுத்திட சொல்லியிருக்கேன்.' நான் எப்போதெல்லாம் மோகனைப் பார்க்கிறேனோ, அப்போதெல்லாம் அவரிடமிருந்து வரக் கூடிய பதில். மயிலாப்பூர் மாட வீதியில் உள்ள வெற்றிலை கடையாகட்டும், விழாவாகட்டும், நாங்கள் இருவரும் இருந்த விழா மேடையாகட்டும், திருமண நிகழ்ச்சியாகட்டும் எங்கு பார்த்தாலும் இதே பதில்தான்.

எனக்கும் மோகனுக்கும் 1992 முதலிலேயே தொடர்பு ஏற்பட்டது. அப்போது நாங்கள் 'சோ' அவர்களின் நாடகங்கள், கதைகள் எல்லாவற்றையும் புத்தகங்களாக வெளியிட ஆரம்பித்தோம். தமிழ் நாடக உலகில் பிரபலமாக இருந்த ஒய்.ஜி. மகேந்திரன், மௌலி, விசு, மெரீனா, எஸ்.வி.சேகர், கிரேஸி மோகன் போன்றவர்களின் நாடகங்களை எல்லாம் புத்தக வடிவில் கொண்டு வர எண்ணி, ஒவ்வொருவராக அவர்களது வீட்டிலேயே சென்று சந்தித்தேன். இவர்களில் சோ, மெரீனா ஆகியோரது நாடகங்களை வெளியிட்டோம். ஆனால், மற்றவர்கள் எல்லாம் அப்போதுதான் நாடகத்தில் வெற்றி பெற்று சினிமாவில் காலடி வைத்து மிகவும் பிஸியாக இருந்தார்கள். அந்த நேரத்தில்தான் எஸ்.வி. சேகரின் நாடகங்கள் எல்லாவற்றையும் ஒரே சமயத்தில், அன்றைய முதல்வர் ஜெயலலிதா வெளியிட்டார்.

சினிமாவில் நுழைந்த நாடக வெற்றியாளர்கள், அப்போது சென்னை தொலைக்காட்சியிலும் மிகவும் பிஸியாக இருந்தார்கள். இந்தச் சமயங்களிலும் மோகனை சந்திக்கும் போதெல்லாம், 'சீனு! பாலாஜி கிட்ட சொல்லிட்டேன்' என்ற பதில்தான். எவ்வளவு பிஸியாக இருந்தாலும் மோகன் நின்று பேசி விட்டுப் போவதோடு, எங்கள் வீட்டு மங்கல நிகழ்ச்சி, எங்கள் நிறுவன புதிய கட்டிட திறப்பு விழா, எங்கள் அலுவலகத்திற்கு ஸ்ரீ காஞ்சி பெரியவர் விஜயம் போன்ற நிகழ்ச்சிகளுக்குத் தவறாமல் வந்து விடுவார்.

ஒரு சமயம் சென்னை புத்தகக் காட்சியில் நான் செயலாளராக இருந்த போது, மோகனை சிறப்புப் பேச்சாளராக அழைத்திருந்தேன். அன்று நல்ல மழை. எல்லோரும் இந்த நிகழ்ச்சி ரத்து ஆகி விடும் என்று எண்ணினர். ஆனால், மோகனுடைய பேச்சைக் கேட்க வந்திருந்த கூட்டத்தைப் பார்த்ததும், குடையை பிடித்துக் கொண்டு, மோகன் மேடையேறி, 'மழை பெரியதாக இருக்கிறது. மழையை விட நீங்கள் அதிகமாக இருக்கிறீர்கள். நீங்கள் பேசச் சொன்னால் நான் பேசுகிறேன்' என்று 'மைக்'ல் பேசியவுடன், கூட்டத்தினரும் குடையுடன் பேச்சை ஆர்வமுடன் கேட்கத் தொடங்கினர். இயற்கை மழையுடன், நகைச்சுவை மழையையும் சேர்த்து அறுசுவை அவியல் போல் மக்கள் ரசித்தனர். மறக்க முடியாத நிகழ்ச்சி இது. மோகனுக்கும் மிகவும் மகிழ்ச்சி.

அங்கேயும் புறப்படும் போது, 'சீனு! பாலாஜிகிட்ட சொல்லிட்டேன்' என்ற பதில்தான். நாட்கள், மாதங்கள், வருடங்கள் ஓடின. மோகனும் சிரித்து, சிரிக்க வைத்து இயற்கை எய்தி விட்டார். பிறகு பாலாஜியை, கபாலி கோயிலில் சந்திப்பேன். நீண்ட நேரம் பேசுவோம், பேசுவோம், பேசிக் கொண்டேயிருப்போம். இப்படியே ஒரு சில வருடங்கள் ஓடின. எல்லாவற்றிற்கும் நேரம் வர வேண்டுமே! இப்போதுதான் வந்தது. அதுவும் சாதாரணமாக இல்லை. பாலாஜி தங்களது நாடக ஸ்க்ரிப்டையெல்லாம் தேடும் போது, மோகன் எழுதிய டைரியை படித்து, உடனே எனக்கு போன் செய்து, 'சீனு! மோகன் தன் டைரியிலேயே, 'என்னுடைய புத்தகங்கள் எல்லாம் அல்லயன்ஸ் கம்பெனியில் தான் வர வேண்டும்' என்று எழுதியிருக்கான்' என்று தழுதழுத்துக் கூறினார். டைரி மூலமாக தனது நிலையை தெரிவித்த மோகனுக்கும், அதை என்னிடம் அன்புடன் தெரிவித்த பாலாஜிக்கும் எனது மனமார்ந்த நன்றி. கிரேஸி மோகன் பாலாஜியிடம் பேசி விட்டார்; பாலாஜியும் ஸ்க்ரிப்டையெல்லாம் தந்து விட்டார்; புத்தகங்களும் வந்து விட்டன. வாசகர்கள் எல்லாவற்றையும் வாங்கி ஆதரவு தெரிவிப்பார்கள் என நிச்சயம் நம்புகிறேன்.

அல்லயன்ஸ் ஸ்ரீநிவாஸன்

125வது ஆண்டில்...

தமிழில் நல்ல நூல்களை வெளியிட்டு வரும் அல்லயன்ஸ் ஸ்தாபகர் ஸ்ரீ வி. குப்புஸ்வாமி ஐயரை நான் பாராட்டுகின்றேன்.

- மகாத்மா காந்தி

நீதிகளைக் கற்பிக்கும் சிறுகதைகளையும், புதிய நாடகங்களையும், பல மொழிபெயர்ப்புக்களையும், இன்னும் பல விஷயங்களையும் எளிய அழகிய நடையில் வெளியிட்டுவரும் அல்லயன்ஸாரை நான் பாராட்டுகின்றேன்.

- மகாமகோபாத்தியாய டாக்டர் உ. வே. சுவாமிநாத ஐயர்

தமிழில் பல அழகிய புத்தகங்களை வெளியிட்டுவரும் அல்லயன்ஸாருக்கு நன்றி செலுத்தி அவர்களைத் தமிழ் மக்கள் ஆதரிக்க வேண்டுகின்றேன்.

- சி. ராஜகோபாலாச்சாரி

உலக சிரேஷ்டர்களின் சரிதையை எழுதுவதும் படிப்பதும் நமக்கு நல்லதையே செய்யும். அறிவை ஊட்டுவதற்கு இதுபோன்ற நூல்கள் பேருதவியாக இருக்கும். அல்லயன்ஸ் கம்பெனியாரோ பல பெரியோர்களின் சரித்திரத்தை வெளியிட்டவர்கள். மக்கள் நன்மையைக் கருதி உயர்ந்த நூல்களை வெளியிடும் அல்லயன்ஸ் கம்பெனியாருக்கு தக்க ஆதரவு கிடைக்குமென நம்புகிறேன். வந்தே மாதரம்.

- எஸ். சத்தியமூர்த்தி

இம்மாதிரியான புத்தகங்களை நமது பள்ளிகளில் இருக்கும் மாணவர்களுக்குக் கொடுப்பது அவசியம். இவைகளின் வழியாக நமது இளைஞர்கள் தேச சேவையைச் செவ்வையாகக் கற்றுக் கொள்ளலாம். இதுபோன்ற நூல்களை வெளியிடும் அல்லயன்ஸ் கம்பெனியாருக்கு தமிழ்நாடு என்றும் கடமைப்பட்டுள்ளது.

- முன்னாள் மத்திய மந்திரி டாக்டர் ப. சுப்பராயன்

நம் நாட்டுக்கு ஏற்பட்ட தனிப்பெருஞ் செல்வம் அதற்குக் கிடைத்த தலைவர்கள் என்று சொல்லலாம். வேறு எந்த நாட்டிற்கும் கிடைக்காத தலைமை நமக்கு உண்டு. தக்க சமயம் பார்த்து அல்லயன்ஸ் கம்பெனியார் இதுபோன்ற தேசபக்தர் நூல்களை வெளியிடுவதை நான் பாராட்டுகின்றேன்.

- முன்னாள் முதலமைச்சர் எம். பக்தவத்சலம்

தற்போது அல்லயன்ஸ் கம்பெனியார் தமிழ் உலகத்திற்குத் தந்துள்ள இதுபோன்ற அரிய ஜீவிய சரித்திரம் உண்மையில் நமது நாட்டிற்கு படிப்பினையை பூர்வாங்கமேனும் அடைவதற்குப் பெரிதும் உபயோகமாக இருக்குமென்று நான் நிச்சயமாக நம்புகிறேன்.

- 'ஹிந்து' முன்னாள் ஆசிரியர் ஏ. அரங்கசாமி ஐயங்கார்

தலைவர்களின் வாழ்க்கைச் சரித்திரப் புத்தகங்கள் எந்த இலக்கியத்திலும் ஒரு முக்கிய அம்சமாகும். அல்லயன்ஸ் கம்பெனியார் மற்ற பிரசுரகர்த்தர்களைவிட அதிகமான வாழ்க்கைச் சரித்திரப் புத்தகங்களை வெளியிட்டு, இந்திய சுதந்திரப் போராட்டத்தை இதன் மூலம் ஊக்குவித்தனர்.

- 'தினமணி' முன்னாள் ஆசிரியர் ஏ.என். சிவராமன்

நமது பிற்கால சந்ததிகள் தெரிந்து கொள்ளுவதற்காகத் திறம்பட நமது பெரியோர்களின் சரிதைகளை சரியாக எழுதி வைக்கும் வழக்கம் நமது தேசத்தில் இல்லாமலிருந்து வருவது வருந்தத்தக்கதாகும். இந்தக் குறையைத் திறம்பட போக்கி வரும் அல்லயன்ஸ் கம்பெனியார் நமது பாராட்டுதலுக்கும் நன்றிக்கும் உரியவர்களாகிறார்கள்.

- ஆர்.கே. ஷண்முகம் செட்டியார்

தேச பக்தர்களின் நூல்களை மிகவும் உயர்ந்த முறையில் பிரசுரித்திருக் கிறார்கள்.

- ஆனந்த விகடன்

நல்ல புத்தகங்களை, தகுந்த ஆசிரியர்களைக் கொண்டு எழுதி வெளியிடும் தன்மையில் அல்லயன்ஸ் கம்பெனியார் சிறந்தவர்கள். இத்தகைய பொறுப்பும் பிரயோஜனமுமான வேலையை அல்லயன்ஸ் கம்பெனியார் மேலும் மேற்கொள்வார்களாக.

- குமரன் (பத்திரிகை)

அல்லயன்ஸ் கம்பெனியாரது ஊக்கம் மேன்மேலும் அதிகரிக்கும் வண்ணம் தமிழ் மக்கள் இதுபோன்ற தேசபக்தர்களின் புத்தகங்களுக்கு ஆதரவு அளிப்பார்கள் என நம்புகிறோம்.

- சுதேசமித்திரன்

மிகவும் சொற்ப விலையில் இப்புத்தகத்தை பிரசுரிக்க அல்லயன்ஸ் கம்பெனியார் முன்வந்திருக்கிறபடியால், அவர்களுடைய எதிர்கால தேசிய சேவைக்கு ஊக்கங் கொடுக்கும் விதத்தில், இப்புத்தகத்தைத் தமிழர்கள் ஏராளமாய் வாங்கி ஆதரிப்பார்களென்று நம்புகிறேன்.

- 'தினமணி' முன்னாள் ஆசிரியர் டி.எஸ். சொக்கலிங்கம்

The publishers have done a service to Tamil Nadu by publishing in Tamil the biography of one who was the foremost leader of Indian opinion in modern times - Mahatmaji - whose sacrifices and services in the cause of the country were unprecedented.

- The Hindu

We trust that the students and youth will make the best use of the Publication.

- The Indian Express

No library of modern literature will be complete, it can be safely affirmed, without the excellent books of The Alliance Company.

- The Free Press

The Alliance Co., that enterprising publishers of Madras deserves the thanks of all lovers of Tamil for the service to the language.

- Sunday Times

மயிலை அல்லயன்ஸ் கம்பெனியாரின் வெளியீட்டுத் திறத்தை ஈண்டு விரித்துக் கூறவேண்டியதில்லை. அதை நாடறியும். அவர்களால் வெளியிடப்பெற்ற நூல்கள் தமிழ் நாட்டுக்குப் பலவகைகளிலும் பயன் விளைத்து வருவது கண்கூடு. நாட்டு நலங்கருதி ஒழுங்கு முறையில் உழைக்கும் அவர்களுக்கு நாடு கடமைப்படுவதாக.

- திரு. வி. க.

அல்லயன்ஸார் யாதொரு இடையூற்றையும் பொருட்படுத்தாது சிறிதும் ஊக்கம் குன்றாது நடத்திவரும் இந்த நிறுவனத்தின் மூலம் ஈடு செய்ய முடியாத அளவிற்குத் தமிழிற்குச் செய்திருக்கும் தொண்டு மிகவும் வியந்து பாராட்டுதற்குரியது.

- பெ. நா. அப்புஸ்வாமி

Books Published by Alliance Co., are highly popular books.

- Rt. Hon'ble V. S. Srinivasa Sastri

சாக்லேட் கிருஷ்ணா

காட்சி-1

மாது : *அப்பனே கிருஷ்ணா... எல்லாம் நல்லபடியா நடக்க அருள்புரிப்பா... உனக்கே தெரியும்... நான் ஒரு சாக்லேட் கம்பெனில பத்து வருஷத்துக்கு முன்னாடி* salesman *ஆ சேந்தேன்... இன்னிக்கும்* salesman*ஆதான் இருக்கேன்...* promotion*ஏ இல்ல... கிருஷ்ணா... எங்க கம்பெனில புதுசா ரெண்டு சாக்லேட்* introduce *பண்றோம்... இது நல்லா* hit *ஆச்சுன்னா எனக்கு* promotion *கிடைக்கும்... இந்த ரெண்டு சாக்லேட்டை வெக்கறேன்... அருள்புரிப்பா...*

(கை கூப்பி கண் மூட, பாட்டி entry; **பாட்டி சாக்லேட்டுடன்** exit)

மாது : *(கண் திறந்து பார்த்து) கிருஷ்ணா... சாக்லேட்டை காணும்... நான் குடுத்த பிரசாதத்தை நீ ஏத்துன்னுட்டியா... ரொம்ப* thanks *கிருஷ்ணா... மைதிலி... மைதிலி...*

(மைதிலி entry)

மாது : *என்ன ஆச்சர்யம்... நான் பிரசாதமா ரெண்டு சாக்லேட் வெச்சேன்... அதை கிருஷ்ணர் சாப்பிட்டுட்டார்...*

மைதிலி : *சாப்பிட்டது கிருஷ்ணர் இல்ல... பாட்டி...*

மாது : *கிருஷ்ணரோட பாட்டியா...?*

மைதிலி : அய்யோ... உங்க பாட்டி...

மாது : எம்பாட்டிதான் கிருஷ்ணருக்கும் பாட்டியா...?

மைதிலி : ஏன் இப்படி கிருஷ்ண பைத்தியம் புடிச்சு அலையறீங்க... (பாட்டியை இழுத்து வந்து) உங்க அப்பாவோட அம்மா... திருட்டுப் பாட்டி... பாட்டி... வாயைத் தொறந்து சொல்லுங்களேன்... வாய்ல என்ன கொழுக்கட்டையா...?

பாட்டி : மாழு... சாழ்ழேட்டை நாழ்ழான் திருழ்ழேன்...

மாது : ஓ... சாக்லேட்டை நீதான் திருடினேன்னு சொல்றியா... ஆஹா... குழலினிது யாழினிது என்பர் தன் திருட்டுப் பாட்டி மழலைச்சொல் கேளாதவர்... ஆமா, திருடினதுதான் திருடின... சாக்லேட் எப்படி...? நல்லாயிருக்கா...?

பாட்டி : என்னடா சாக்லேட் இது... orange flavour கேள்விப்பட்டிருக்கேன்... Vannila flavour கேள்விப்பட்டிருக்கேன்... இது என்ன Hindu தினத்தந்தி flavourஆ இருக்கே..

மாது : என்ன சொல்ற நீ... ?

பாட்டி : பேப்பர் வாசனை வருதுடா...

மாது : கண்றாவி... சாக்லேட் மேல சுத்தின பேப்பரை பிரிக்காமலேயே சாப்டியா... என்ன பாட்டி... இப்பிடி பிரசாதமா வெச்ச சாக்லேட்டை தின்னுட்டியே..

பாட்டி : சரிடா... கிருஷ்ணர் வெண்ணெயை திருடி சாப் பிட்டார்... In fact, திருடறவாளதான் கிருஷ்ண ருக்கு ரொம்ப பிடிக்கும்... இப்ப சொல்றேன்...

(ராமானுஜம் entry)

ராமா : என்ன... என்ன... என்ன...?

மாது : பாருப்பா... என்னப்பா உங்கம்மா இப்படி ஒரு திருடியா இருக்கா...?

ராமா : அவளை மாத்த முடியாது... டேய் மாது... நீ பொறக்கறதுக்கு முன்னாடிலேர்ந்தே பாட்டி இப்படித்தான்...

மாது : அப்பவே பாட்டிதானா... கன்னித்தாய் மாதிரி கன்னிப்பாட்டியா...?

மைதிலி : பாட்டி ஏன் திருடறா... அன்னிக்கு டாக்டரே சொல்லல. பாட்டிக்கு அப்பளத்துமேனியா...

மாது : அய்யோ... அது அப்பளத்துமேனியா இல்லம்மா... க்ளிப்டோமேனியா...

ராமா : மாது... உனக்குத் தெரியாது... என் தம்பி கல்யாணாத்தும்போது என் தம்பியோட மாமனார் தலைல போட்டிருந்த wigஐ உன் பாட்டி திருடிட்டா...

மாது : தலைல போட்டிருந்த wigஐ அவருக்கு தெரியாம எப்படி திருடினா...?

ராமா : அவர் தூங்கும்போது boldஆ திருடிட்டா...

மாது : அப்பறம்... அவர் baldஆ எழுந்திருப்பாரே?

ராமா : அப்பறம் என்ன... அவர் அழுதார்.

மாது : எப்படி...? wigகி wigகியா? அப்பறம்...

ராமா : அப்பறம் நாந்தான் அம்மாவை convince பண்ணி திருப்பி குடுக்க சொன்னேன். மறுபடி அவர் தூங்கும்போது வெச்சுட்டு வந்தா. மறுநாள் காலைல திரும்ப விக்கி விக்கி அழறார்...

மாது : ஏன்...?

ராமா : தலைல வெக்கறதுக்கு பதிலா மூஞ்சில வெச்சுட்டு வந்துட்டா. ராத்திரி shave பண்ணிண்டு படுத் தோமே... காலம்பற இப்படி காட்டுத்தனமா தாடி வளந்திருக்கேன்னு பயந்து போயிட்டார்... ஆமா... என்ன அது சாக்லேட்?

மாது : எங்க கம்பெனில புதுசா ரெண்டு சாக்லேட் introduce பண்றோம்பா... இத பார்...

ராமா : மேல சுத்தியிருக்க பேப்பர் ரொம்ப நல்லா யிருக்கு...

பாட்டி : நல்லாவேயில்லை... ஒரே கசப்பு... நான் சாப் பிட்டு பாத்துட்டேன்...

ராமா : என்னடாது... பிரிக்கப் பிரிக்க வந்துண்டேயிருக்கு...

மாது : இதுக்கு ரஜினி சாக்லேட்னு பேர் வெச்சிருக்கோம்...

ராமா : ரஜினி சாக்லேட்டா...?

மாது : ஆமா... ஒரு தரம் சாப்பிடணும்னா நூறு தரம் பிரிக்கணும்...

ராமா : இதென்னது... அரைகுறையா பேப்பர் சுத்தியிருக்கு...?

மாது : இது நமீதா சாக்லேட்...

ராமா : அப்ப நான் இதையே எடுத்துக்கறேன்...

மாது : அப்பா... இந்த ரெண்டு சாக்லேட்டும் மார்க்கெட்ல hit ஆயிட்டா ஐயா area sales managerதான்... 25000 ரூபாய் சம்பளம்... 20000 ரூபாய் போனஸ்... 5000 ரூபாய் கார் அலவன்ஸ்... 3000 ரூபாய் house allowance...

பாட்டி : இதை தவிர நம்ம திருடறதுக்கு எவ்ளோ allow பண்ணுவா...?

ராமா : அடச்சே...

மாது : கிருஷ்ணா... எப்படியாவது இந்த சாக்லேட்டை hit பண்ணிருப்பா...

(நாய் குரைக்கும் சத்தம்)

ராமா : definite ஆ hit.. நாய் குரைக்குது... நல்ல சகுனம்...

மாது : என்னப்பா, நாய் கொரச்சா நல்ல சகுனங்கற...?

ராமா : இப்ப கொரச்ச நாய் வாஸ்து நாய்...

மாது : வாஸ்து நாயா...

(Calling bell **சத்தம்**)

மைதிலி : அவர்தான்...

மாது : உனக்கும் தெரியுமா...? எவர்...?

மைதிலி : நாங்க சொன்னா நீங்க ஒத்துக்க மாட்டேள்... அதனாலதான் ரகசியமா உங்களுக்கு தெரியாம நானும் மாமாவும் அவரை வரவழைச்சோம்...

மாது : அவரையா... என்னடி suspense வெச்சு பேசறீங்க..

(மீண்டும் மணியடிக்க)

மைதிலி : வாங்கோ...

(ஜோசியர் entry)

மாது : யாருப்பா இவரு...?

ஜோசி : நானே சொல்றேன்... எட்டு சாஸ்திரங்களை கரைச்சு குடிச்சவன்... அஸ்ட்ராலஜி, நியூமராலஜி, நேமாலஜி, பாமாலஜி, ஜெம்மாலஜி, வாஸ் தாலஜி... இன்னும் ரெண்டு இருக்கே...

மாது : நான் சொல்றேன்... காந்திஜி, ராஜாஜி... இந்த ரெண்டு ஜி தான் பாக்கி...

ஜோசி : இல்ல... biology.. zoology...

மாது : யோவ்... அது சாஸ்திரம் இல்லய்யா... subject...

ஜோசி : இல்லை... biologyனா என்ன... சாமுத்ரிகா லட்ச ணத்தை வெச்சு futureஐ சொல்லிடுவேன்... அதான் biology...

மாது : அப்ப அந்த zoology...?

(லொள் சத்தம்)

ஜோசி : அதான் zoology...

மாது : என்ன...?

பாட்டி : ஏன் ஸார் இந்த டைகர் பிஸ்கட் இருக்கே!

ஜோசி : வாஸ்து பிரகாரம் உங்க வீட்டு வாசல்ல ஒரு animal இருக்கணும்... இருந்தா ரொம்ப விசேஷம்... அதனாலதான் நாய்... வாஸ்தாலஜி பிரகாரம் வாசப்பக்கம் நாய் இருக்கணும்... கொல்லைப்பக்கம் மாடு இருக்கணும்... ஹால்ல மீன்தொட்டி. இருக்கணும்... bed roomல கிளி இருக்கணும்.

மாது : ஆக மொத்தம் இங்க ஒரு zooல இருக்கணுங்கற... நீ சொன்ன zoology இதானா...

(காபி கொண்டு வர மைதிலி உள்ளே போகிறாள்.)

ஜோசி : மனை சாஸ்திர பிரகாரம் உங்க வீட்டை நான் பாத்ததுல... உங்க வீட்டுல வாசல் பின்பக்கம் இருக்கணும்.. பின்பக்கத்துல வாசல் இருக்கணும்.

ராமா : புரியலை...

ஜோசி : எல்லாரும் பின்பக்கமாத்தான் போகணும்...

மாது : எல்லாரும் பின்பக்கமாத்தான் போறோம்...

ஜோசி : அய்யய்யே... என்னப்பா... நான் சொன்னது... வாசப்பக்கம் யாரும் வாசப்படியை மிதிக்கக் கூடாது...

மாது : அப்ப எப்படி உள்ள வர்றது...?

(மைதிலி காபி தருகிறாள்.)

ஜோசி : வாசல்ல ஒரு தாம்புக்கயிறை தொங்க விடுங்க.. அதை புடிச்சுகிட்டு swing பண்ணி உள்ள வந்துடுங்க.. வாசப்படியை மிதிக்கக்கூடாது...

பாட்டி : ஒரு நிமிஷம்...

மாது : பாட்டி... எங்க போற...? தாம்புக்கயிறு திருடிண்டு வர்றதுக்கா...?

மைதிலி : எனக்கொண்ணுமில்லை... நான் தாம்புக்கயிறை புடிச்சு வந்துடுவேன்... இவருக்குத்தான் ஒத்துக் காது... கல்யாணத்துல ஊஞ்சல் போது புரண்டு புரண்டு வாந்தியெடுத்தார்...

மாது : ஏண்டி... இதெல்லாம் இப்ப இவருக்கு அவசியம் தெரியணுமா...

மைதிலி : ச்சு... வாஸ்து அய்யா, வாஸ்து பிரகாரம் சமையக் கட்டு எங்க இருக்கணும்?

ஜோசி : சமையக்கட்டு எங்க வேணும்னாலும் இருக்கட் டும்... ஆனா சமையலை கொஞ்சம் நல்லா பண்ணும்மா... எனக்கு வாஸ்து தெரியும்... ஆனா இது என்ன வஸ்துன்னே தெரியல.

(ஜானகி entry)

ராமா : இது என் daughter... மாதுவோட தங்கை... நிறைய பேர் பொண்ணு பாத்துட்டு போயிட்டா... ஆனா எதுவுமே சரியா அமையல... நீங்கதான் எப்படியாவது...

ஜோசி : சாரி... எனக்கு ஏற்கனவே கல்யாணமாயிடுச்சு...

மாது : யோவ்... அப்பா என்னப்பாது... இவனைப்போய் நம்பறியே...

ராமா : சும்மாயிருடா... என் பேர் ராமானுஜம்... நான் ஒரு flute வித்வான்...

ஜோசி : ராமான்னு பேரை வெச்சுகிட்டு ஏன் புல்லாங் குழலை select பண்ணீங்க...

மாது : பின்ன என்ன வில் விட சொல்றியா... என் பேர்ல will எழுதறதுக்கு அவருக்குச் சொத்தே இல்லை...

ஜோசி : இல்லை தம்பி... சுருக்கமா கிருஷ்ணான்னு இருந்ததுன்னா betterஆ இருக்கும்... நீங்க என்ன நட்சத்திரம்...?

ராமா : ஆயில்யம்...

ஜோசி : அப்ப கிருஷ்ணாயில்யம்னு கூட மாத்திக்கலாம்...

மாது : ஆமா... 'கிருஷ்ணாயில்யம்'... பெட்ரோலியம், crude oilனு மாத்திக்கறோம்... யோவ்... நட்சத் திரத்தை எப்படிய்யா மாத்த முடியும்...? அப்பா... இவர் போலி ஜோசியர்பா... இவரை நம்பாத...

ஜோசி : சரி, அதுவும் வேண்டாம்... வீட்டுக்கு தலைவர் யாரு...?

மாது : ஏய்யா... ஏதோ கொள்ளைக்கூட்ட தலைவன் யாருங்கற மாதிரி கேக்கற... அப்படியே பாத்தாலும் தலைவன் இல்லை... கொள்ளைக்கூட்ட தலைவி... எங்க பாட்டி...

ஜோசி : அடாடா... நான் கேட்டது குடும்பத் தலைவர்... சம்பாதிக்கறது யாரு..?

மாது : அப்படி ஒழுங்கா கேக்க வேண்டாமா... நான் தான்...

ஜோசி : நியூமராலஜிப்படி உங்க பேர்ல சில மாற்றங்கள் பண்ணிட்டா உங்க குடும்பத்துக்கே நல்லது நடந்துடும்...

மாது : பேர்ல மாற்றமா... எப்படி...?

ஜோசி : மாது... spelling என்ன...?

பாட்டி : மா... து...

ஜோசி : அய்யய்யே... தமிழ்ல இல்லீங்க... englishல சொல்லுங்க...

மாது : நான் சொல்றேன்... M.. A.. D.. H.. U..

ஜோசி : ஆங்... இத பாருங்க... உங்க பேர்ல ரெண்டாவது எழுத்து A வர்றதுதான் பிரச்சனை... அதனால Aவ எடுத்துட்டு Oவை போட்டுட்டோம்னா...

மாது : எல்லாரும் என்னை மொத்து மொத்துன்னு மொத்துவாங்க...

ஜோசி : சரி வேண்டாம்... கடைசில Uனு முடியறதுக்கு பதிலா M..A..D., G.. H.. ஆங்... G.Hல முடிஞ்சா ரொம்ப நல்லா இருக்கும்...

மாது : யோவ்... GHல முடிஞ்சா மொத்தமா போச்சுன்னு அர்த்தம்யா...

ஜோசி : அப்படி ஒண்ணு இருக்கோ... இப்ப கரெக்ட்டா சொல்றேன் பாருங்க... Aயும் இருக்கட்டும்... Uவும் இருக்கட்டும்... நடுவுல வர்ற Hஅ தூக்கிடுங்க...

மாது : M.. A.. D.. U.. மாடு... பேசாம உன் zoology சாஸ்திரப்படி என்னையே கொல்லைல கட்டிடு...

ஜோசி : சரி... வேறொண்ணு சொல்றேன்... எண் கணிதப்படி உங்களுக்கு ராசியான நம்பர் எட்டு... அதனால பேரை மாத்தி வெச்சுக்கங்க...

மாது : என்னன்னு...?

ஜோசி : எட்டுன்னுதான்...

மாது : ....

பாட்டி : மாது, எனக்கு என்ன நம்பர்னு கேளுடா...

மாது : யோவ்... மொதல்ல மாடுன்ன... இப்ப பேர் வேண்டானு நம்பர் வெக்கற...

பாட்டி : நம்பரா?

ஜோசி : ஏன்... இப்ப ஏழுமலை இல்லியா... ஆறுமுகம் இல்லியா... அஞ்சலை இல்லியா... மூணுசாமி இல்லியா...

மாது : ஹலோ.. அது முனுசாமி...

ஜோசி : சரி... ஒரு சுழி அதிகமாயிடுச்சு...

ராமா : அப்பறம் அதை விட்டுட்டீங்களே...

ஜோசி : எதை...?

ராமா : ரெண்டுங்கெட்டான்...

மாது : ரெண்டுங்கெட்டானா... அப்பா... அது நீ...

ஜோசி : சார்... உங்களுக்கு நம்பர்களோட மகத்துவம் பத்தி தெரியாது... நான் ரொம்ப சாதாரண ஜோசியனா இருந்தேன்... இப்ப கார் பங்களான்னு இருக்கேன்... அதுக்கு காரணம் எம்பேரை நம்பரா மாத்திட்டேன்... Now my name is 94.7....

மாது : 94.7ஆ...? என்னய்யா இது FM radio மாதிரி யிருக்கு... மொதல்ல வெளிய போய்யா...

ராமா : டேய் மாது...

மாது : பேசாமல் இருப்பா... first get out...

ஜோசி : வரேன்... இனிமே இந்த வீட்டு வாசப்படிய மிதிக்க மாட்டேன்...

மாது : நீதானடா சொன்ன... இந்த வீட்டு வாசப்படிய மிதிக்கக் கூடாதுன்னு... இனிமே வந்தே வாசப் படில உன்னைப் போட்டு நான் மிதிப்பேன்..

(ஜோசியர் exit)

உங்களுக்கெல்லாம் வேற வேலை இல்லை... ஆத்திகமா இரு... இல்லே நாத்திகமா இரு...

இந்த நியூமராலஜி, ஜோஸ்யம் எல்லாம் சுத்த பேத்திகம். கஷ்டமோ நஷ்டமோ எதுவாயிருந் தாலும் கிருஷ்ணர்கிட்ட சொல்லு, கேட்டுப்பார்...

பாட்டி : வெறுமனே கேட்டுப்பார்... அவ்ளோதான்... hearing aid மாதிரி...

மைதிலி : நல்லா சொன்னேள் பாட்டி... டெய்லி வேண்டிக் கறாரே கிருஷ்ணர்கிட்ட... என்ன help பண்றார்... atleast help பண்ண முடியலைன்னு ஒரு பதிலையாவது சொன்னாரா...

ராமா : டேய்... தெய்வம் மனுஷ்ய ரூபேணனு சொல்லு வா... மனுஷ ரூபத்துலதான் தெய்வம் வரும்... இந்த ஜோசியனை அனுப்பினதே கிருஷ்ணர் தான்...

மாது : இவன் மனுஷ்ய ரூபேண இல்லப்பா... அதுக்கும் முன்னாடி... Monkey ரூபேண.

(Lights off)

காட்சி-2

(போன் மணி ஒலிக்க)

மாது : உங்கூட அப்பறம் பேசிக்கறேன்... (போனில்) ஹலோ... யாருங்க...?

குரல் : ஹலோ... மாதுங்களா...?

மாது : ஆமா... சொல்லுங்க...

குரல் : தம்பி... நான் கோகுலம் காலனிலேந்து யசோதா நந்தகோபால் பேசறேன்... என் புள்ளையாண்டான் அங்க வந்தானா...?

மாது : புள்ளையாண்டானா...?

குரல் : அறியாப்புள்ளைங்க... ஆறு வயசுதான் ஆகுது... ஏன்டா மண்ணைத் தின்னேன்னு கேட்டதுக்கு கோவிச்சிகினு ஓடிட்டாங்க...

மாது : ஏம்மா... எனக்கு முப்பது வயசாகுது... ஆறு வயசு பையன் எதுக்கும்மா என்னைத் தேடி வரணும்... Wrong Number...

குரல் : மாதுன்னு சொன்னேளே...

மாது : இருக்கலாம்... நான் ஒருத்தன்தான் மாதுவா...? Wrong Number... வைம்மா போனை...

(போனை வைக்க, மறுபடியும் போன் ஒலிக்கிறது)

மாது : Halo.. this is Madhu speaking...

குரல் : ஹலோ... My name is Rukmini... I'm staying in Mathura apartments... By any chance, என் hubby அங்க வந்தாரா...?

மாது : என்ன விளையாடறீங்களாம்மா... காணாம போனவங்களை report பண்றதுக்கு இது என்ன போலீஸ் ஸ்டேஷனா... இப்பதான் ஒரு அம்மா போன் பண்ணி என் பையன் வந்தானான்னு கேட்டாங்க...

குரல் : Is it யசோதா நந்தகோபால்...?

மாது : ஆமா...

குரல் : உங்களுக்குத் தெரியுமா... அவங்கதான் என்னோட மாமியார்... அவங்களோட பையனைத்தான் நான் கல்யாணம் பண்ணிட்டிருக்கேன்...

மாது : அந்த அறியாப் பையனையா... ஆறு வயசுன்னாங்க... இப்படி ஒரு பால்ய விவாகத்தை நான் பாத்ததே இல்லியே...

குரல் : அய்யோ... அவரு ஆளுக்கு தகுந்த மாதிரி வயசை மாத்திப்பாருங்க... அம்மா வீட்டுக்கு போகும் போது ஆறு வயசு... இங்க வரும்போது 26 வயசு... சும்மா பழைய friendsக்கெல்லாம் பணத்தை குடுத்து help பண்ணாதீங்கன்னு ஒரு வார்த்தை சொன்னேன்... அதுக்கு கோவிச்சுகிட்டு friend மாது வீட்டுக்கு போறேன்னுட்டாரு...

மாது : என்ன கிண்டலா... வீட்லதான் கிண்டல் பண்றாங்கன்னு பாத்தா வெளிலேர்ந்து கிண்டல் பண்றீங்களா... வைம்மா போனை...

(போனை வைக்க, மீண்டும் போன் அடிக்கிறது)

மாது : வேற வேலை இல்லை... அடிச்சு ஓயட்டும்...

(போன் ஓய, மாது சந்தோஷப்பட, குரல் கேட்கிறது)

குரல் : ஹலோ... மேன் மீராபாய் மீரட்ஸே பாத்கர் ரஹிஹூ(ம்)... க்யா மேரே ப்யாரி உதர் ஆயேஹே... உன்ஹோனே கஹா கி வே அப்னே தோஸ்த் மாது கே கர் ஜாதே ஹை...

மாது : என்னடா இது... போன் எடுக்காமலேயே தானா பேசுது...

(மாது பின் வாங்க)

குரல் : மாதுஜி.. மாதுஜி..

(மாது ஓட, Lights off)

காட்சி-3

மைதிலி : ஹலோ... பெரிய கிருஷ்ண பக்தர்னு சொல்லிக் கறீங்களே... இன்னிக்கு என்ன தெரியுமா... கிருஷ்ண ஜெயந்தி... கோகுலாஷ்டமி... கிருஷ்ண ரோட birthday...

மாது : ஆமாம்... அய்யோ... மறந்தே போயிட்டேனே... ஆமா... ரெண்டு பேரும் தரைல என்ன பண்றீங்க?

மைதிலி : கிருஷ்ணர் வர்றதுக்கு கால் போட வேண்டாமா...

மாது : அய்யய்யோ... என்ன சாக்பீஸ்ல போடறீங்க... அதுவும் one by four..one by fourன்னு...

பாட்டி : அட.... இதெல்லாம் ஒரு ஐதீகந்தாண்டா... நாம காலை ஒழுங்கா வரைஞ்சுட்டா மட்டும் கிருஷ்ணர் வந்துடுவாரா...?

மாது : ஒருக்கால் கிருஷ்ணர் வந்தா...

மைதிலி : அதுக்கு சாஸ்திரத்துக்கு வாசல்ல ஒரு கால் போட்டாச்சு.

மாது : அப்ப அதுல ஒரு காலை வெச்சுண்டு high jump பண்ணி கிருஷ்ணர் உள்ள வரணுமா...

பாட்டி : அது என்னவோ தெரியாது... நீதான் கிருஷ்ணர் கூட பேசுவியே... ஒரு கால் போட்டு கேளு... எங்களை disturb பண்ணாத. எங்களுக்கு கையும் ஓடாது காலும் ஓடாது.

மைதிலி : பாட்டி... கோகுலாஷ்டமியும் அதுவுமா அவர் வெண்ணை வாங்க மறந்துட்டார்... என்ன பண்ணலாம்...

பாட்டி : நீ ஏன் கவலைப்படற... நான் இப்ப ராமசாமி கடைக்குத்தான் போறேன்...

மாது : என்ன... வாங்கிண்டு வரப்போறியா...

பாட்டி : என்ன... வாங்கிண்டு வர்தா... இல்லடா... வழக்கத்தை மாத்தாத... ஒரு அரை கிலோ திருடிண்டு வந்துடறேன்...

மாது : அடிப்பாவி... இவ்வளவு easyஆ சொல்றியே..

பாட்டி : என்னடா தப்பு... கிருஷ்ணரே வெண்ணையை திருடித்தான் தின்னார்... in fact...திருட்டு வெண்ணைதான் கிருஷ்ணருக்கு விசேஷம்...

மைதிலி : நீ போய் கறிகாயும் வெண்ணெயும் வாங்கிட்டு வந்துடு.

(இருவரும் exit)

மாது : ரிஸீவர் எடுக்காம போன் எப்பிடி பேசித்து... இத்தனைக்கும் answering machine கூட நம்ம வீட்டுல கெடையாது... பிரமையா...

(செருப்பு சத்தம்)

மாது : ஹலோ...யாரு...யாரு நடந்து போறது... (வெளியில் செல்ல-LIGHTS OFF/ON) (கிருஷ்ணர் உட்கார்ந்திருப்பது)

கிருஷ்ணர் : ஹாய்... ஹாய்... ஹாய்...

மாது : ஹலோ... யாருய்யா நீ...

கிருஷ்ணர் : என்னப்பாது... கால் போட்டு கூப்பிட்டுட்டு...யார் நீன்னு கேக்கறியே...

மாது : நான் கால் போட்டேனா...உன் நம்பரே எனக்கு தெரியாதே...

கிருஷ்ணர் : No..No..No..No...உன் Wife கிருஷ்ணர் கால் போட்டாங்களே...

மாது : ஆங்... புரிஞ்சு போச்சு... கோகுலாஷ்டமிக்கு கிருஷ்ணர் வேஷம் போட்டுகிட்டு வீடுவீடா போய் Collect பண்றியா...

கிருஷ்ணர் : சாதாரணமா என் வீட்டுக்குத்தான் குசேலன் பிச்சை யெடுக்க வருவான்... first time நான் குசேலன் வீட்டுக்குப் பிச்சையெடுக்க வந்திருக்கேன்...

மாது : ஓஹோ... நீங்க கிருஷ்ணரா?

கிருஷ்ணர் : ஆமா... இத பார் தலைல மயிற்பீலி...

மாது : நீ மயிலையே தலைல வெச்சிருந்தாலும் நான் நம்ப மாட்டேன்யா... why... கிருஷ்ணரே வந்து நீ கிருஷ்ணர்னு சொன்னாலும் நான் நம்ப மாட்டேன்... போதுமா...

கிருஷ்ணர் : ஏன்... அப்படி சொல்லற?

மாது : என்ன ஏங்கற... கிருஷ்ணர் எப்பிடி இருப்பார் தெரியுமா... நீலமா இருப்பார்...

கிருஷ்ணர் : நீலமாத்தான் இருந்தேன்... உங்க city pollutionல் இப்படி பழுப்பு கலர்ல ஆயிட்டேன்...

மாது : என்ன ஜோக்கடிக்கிறியா...

கிருஷ்ணர் : ஜோக்கா... அது N.S.கிருஷ்ணன்பா...

மாது : வெளையாடாதே...

கிருஷ்ணர் : அது டென்னிஸ் கிருஷ்ணன்.

மாது : நடிக்காத...

கிருஷ்ணர் : அது ரம்யா கிருஷ்ணன்... அவ நீலாம்பரி, நான் நீலாம்பரன்...

மாது : அது சரி... வாசல்ல ஒரு நாய் கட்டிப் போட்டிருக்கே... அது உன்னைப் பாத்து குரைச்சிருக்கணுமே...

கிருஷ் : நாய் என்னைப் பாத்தா குரைக்காது... அது மனுஷங்களை பாத்தாதான் குரைக்கும்...

மாது : என்ன சொல்ற... அப்ப நீ மனுஷன் இல்லியா...

கிருஷ் : அது dog... நான் god... குரைக்க சொல்லட்டுமா... **(கைத்தட்ட, லொள்...லொள்...)**

மாது : சத்தம் கேட்டா நாய் கொரைக்கும்யா... நானும் தட்டறேன் பாரு... **(கைத்தட்ட, மியாவ்...)**

பக்கத்து வீட்டு பூனை... நாய்க்கு காதுல விழல போலருக்கு... *(வேகமாக கைத்தட்ட, சிங்க கர்ஜனை)*

கிருஷ் : பக்கத்து வீட்டுச் சிங்கமா...

மாது : யோவ்... யாருய்யா நீ...

கிருஷ் : கிருஷ்ணர்...

மாது : பகவத்கீதை எழுதின கிருஷ்ணரா...

கிருஷ் : எழுதின கிருஷ்ணர் இல்ல... சொன்ன கிருஷ்ணர்..

மாது : கிருஷ்ணர்னா... அந்த பகவத்கீதைல ஒரு ஸ்லோகம் சொல்லேன் பாப்பம்... **(கிருஷ்ணர் சொல்ல)** ஏதோ டப்பா அடிச்சுட்டு வந்து ஒப்பேத்திட்ட... sanskrit உச்சரிப்பு கூட ok...

கிருஷ் : ஒண்ணு தெரியுமா மாது... இது பகவத்கீதை இல்ல... in fact... sanskritஏ இல்ல... வெறும் உட்டாலக்கடி... பகவத்கீதை தெரியாமலேயே என்னை test பண்ற...

மாது : ஏய்... ஏய்... ஏய்... எனக்கா பகவத்கீதை தெரியாது... பத்து வருஷமா படிச்சிண்டிருக்கேன்... பாத்தியா... பகவத்கீதை... எனக்கு... எங்கப்பா கொடுத்தாரு... எங்கப்பாவுக்கு எங்க தாத்தா கொடுத்தார்... எங்க தாத்தாவுக்கு அவங்க அப்பா கொடுத்தார்... இப்படியே போனோம்னா... சொல்ல முடியாது... எங்க familyக்கு கிருஷ்ணரே கொடுத்த bookஆ கூட இருக்கலாம்... சரி chapter 21...slogan 13 சொல்லு பாக்கலாம்... **(கிருஷ்ணர் அமைதியாக இருக்க)** என்ன முழிக்கற... கேட்டா யோசிக்கிறேம் பியே... எப்பிடி யோசிச்சாலும் கண்டுபிடிக்க முடியாது... ஏன்னா... பகவத்கீதைல மொத்தம் 18 chapterதான்... 21வது chapterலாம் கெடையாது...ஏய்யா...இது கூட தெரியல... கிருஷ்ணர்ங்கறியே... என்ன கம்னு இருக்கே... இன்னும் யோசிச்சுக்கிட்டிருக்கியா...

கிருஷ் : இல்ல... எழுதிண்டிருக்கேன்...

மாது : என்ன எழுதிண்டிருக்க...

கிருஷ் : நீ கேட்ட 19, 20, 21வது chapters...

மாது : எதுல...?

கிருஷ் : உன் கைல இருக்கற bookல்தான்... பிரிச்சுப்பாரு...

மாது : எதை...

கிருஷ் : உன் bookகைத்தான்.

மாது : யோவ்... என்னய்யா இது... 19, 20, 21... மூணு chapterம் இருக்கு...

கிருஷ் : 18 வரைக்கும் சொன்னது அர்ஜுனனுக்கு... 19, 20, 21 உனக்காக... newly added...

மாது : யோவ்... நீ ஏதொ மூர்மார்க்கெட் மோடி மஸ்தான்னு நெனைக்கிறேன்... கண்கட்டு வித்தை பண்ணி என் பகவத்கீதை புக்கை ஏதோ மாத்திட்ட... எங்கிட்ட இன்னொரு பகவத்கீதை இருக்கு... (எடுக்க)

கிருஷ் : அது பகவத்கீதையானு முதல்ல பாரு...

மாது : ஏன்...

கிருஷ் : பாரு... (மாது பார்க்க)

மாது : யோவ்... என்னய்யா இது... playboy ஆயிடுச்சு...

கிருஷ் : பகவத்கீதையும் நான்தான்... playboyம் நான்தான்... இப்பவாவது ஒத்துக்கறியா...

மாது : அது என்னய்யாது? நம்பவும் முடியலை, நம்பாமலும் இருக்க முடியலியே... சரி, நீ கிருஷ்ணர்ங்கறதுக்கு என்ன proof...?

கிருஷ் : நீ மாதுங்கறதுக்கு என்ன proof...?

மாது : ஏன்... இதோ... என்னோட driving licence... இதோ என் photo... இதை விட என்ன proof வேணும்...?

கிருஷ் : இந்த photo நீதான்னு எப்பிடி நம்பறது...

மாது : இதொ எழுதியிருக்குதே... name... முனியம்மா... என்னய்யாது... sex... female... age..72... occupation... பிச்சைக்காரி... என்னய்யாது...

கிருஷ் : இப்ப போட்டோவ பாரு...

மாது : யாருய்யா இது... என் ஜாடைல இருக்காங்க...

கிருஷ் : எனக்கென்ன proofனு கேட்டியே... இத பார்... புல்லாங்குழல்...

மாது : சரிய்யா... எங்கப்பா கூடத்தான் புல்லாங்குழல் வாசிப்பாரு... அதுக்காக அவர் கிருஷ்ணரா?

(குழலை மாதுவிடம் கொடுத்து)

கிருஷ் : நீ வாசி...

மாது : எனக்கு ஒரு பேப்பர்ல புல்லாங்குழல்னு எழுதிக் கொடுத்தா புல்லாங்குழல்னு வாசிப்பேன்... மத்தபடி எதுவும் தெரியாது...

கிருஷ் : ம்ஹூம்... நீ ஊது...

மாது : நான் தண்ணிபோட்டு காரா ஓட்டறேன்? ஊதுண்ற போலீஸ் மாதிரி.

கிருஷ் : அட... புல்லாங்குழல ஊதுப்பா...

மாது : எனக்கு தெரியாதுப்பா...

கிருஷ் : நீ வாசி... உனக்குள்ள இருந்து நான் வாசிக் கறேன்...

(மாது வாசிப்பது)

மாது : யோவ்... எப்பிடிய்யா இது...

கிருஷ் : எப்பிடிய்யா எப்பிடிய்யான்னு எல்லாத்துக்கும் ஆச்சர்யப்படற... ஆனா நம்ப மாட்டேங்கறியே...

மாது : மறுபடி try பண்ணட்டுமா...?

கிருஷ் : ம்...

(வாசிக்க)

மாது : புல்லாங்குழல்ல கிடார்... டிரம்ஸ்... டிரம்பெட்... வீணை... வயலின்னு பெரிய rangeல orchestraவே

வருது... இது புல்லாங்குழலா... இல்ல ஃபுல்லாங் குழலா... கிருஷ்ணா... என்னைப் பாக்க நீ வந்திருக்கியா...?

கிருஷ் : ஏன்...?

மாது : இல்ல... வழக்கமா சாமிலாம் கனவுல வந்து... பக்தா... உன்னைப் பார்க்க வரேன்னு சொல் லும்... ஆனா நீ அப்பிடிலாம் எதுவும் சொல் லாம திடுதிப்னு வந்து நிக்கறியே...

கிருஷ் : வந்தேனே உன் கனவுல...

மாது : அப்பிடியா... நான் பாக்கலையே?

கிருஷ் : எப்படி பாக்கமுடியும்? அந்த கனவுலயும் நீ தூங்கிண்டிருக்க...

மாது : கிருஷ்ணா... இப்ப இங்க எதுக்கு வந்தே..

(phone)

ஹலோ...

யசோ : ஹலோ... நான் யசோதா நந்தகோபால் பேச றேங்க... எம்பையன் கிருஷ்ணன் அங்க வந்தானா...

மாது : உங்க அம்மாதான்... உங்க அம்மாதான்...

கிருஷ் : நான் இல்லேன்னு சொல்லிடு...

மாது : கிருஷ்ணா... நீ இல்லேன்னு சொன்னா அது நாத்திகம் இல்லியா...?

கிருஷ் : அட அது இல்லையா... உங்க ஆத்துல இல்லே ன்னு சொல்லு.. அது ஆத்திகம்... ok... யா...

மாது : இத பாரும்மா... உங்க பையன் இங்க வரல... சும்மா சும்மா போனை பண்ணி தொந்தரவு பண்ணாத... கிருஷ்ணா... சொல்லு... எதுக்கு வந்தே...

கிருஷ் : இப்ப சொன்னியே அந்த தொந்தரவுதான்... கொஞ்சம் பழகின உனக்கே இவ்வளவு தொந்தரவு... நான் எவ்வளவு வளர்ந்த பையன்...

வெண்ணையை திங்காத... நெய்யை திங்காத... மண்ணை திங்காதன்னு ரொம்ப domination... இத்தனைக்கும் சொந்த அம்மா கூட இல்லப்பா... வளர்த்த அம்மா...

மாது : by the by கிருஷ்ணா... அந்த யசோதாக்குத்தானே நீ மண்ணை சாப்பிட்டு வாயைத் தொறந்து உலகத்தைக் காட்டின...

கிருஷ் : ஆமா...

மாது : இல்ல... நான் பாத்தாலும் உன் வாய்க்குள்ளே எல்லாம் தெரியுமா...

கிருஷ் : oh yes... ஏன் கேக்கற...

மாது : இல்ல... ரெண்டு நாளா TV work பண்ணல... இந்த கோலங்கள், ஜோடி நம்பர் 1... மானாட மயிலாட... எல்லாம் miss ஆயிட்டே இருக்கு..

(phone)

ஹலோ...

ருக் : Hallo...sorry for the trouble... I am again Rukmini.. By any chance... என் hubby வந்தாரா...?

மாது : கிருஷ்ணா...

கிருஷ் : இல்லேன்னு சொல்லிடு...

மாது : இல்ல கிருஷ்ணா...

கிருஷ் : எங்கிட்ட இல்ல... போன்ல இல்லேன்னு சொல்லிடு...

மாது : இல்ல கிருஷ்ணா... இது உங்க அம்மா இல்ல... lineல் உன் wife ருக்மிணி இருக்கா...

கிருஷ் : முட்டாள்... இந்த lineல இல்ல... அங்க ஒரு பெரிய lineஏ நிக்குது... Qல நிக்கறாங்க... ருக்மிணி, பாமா, ராதா... மீரா... ஆண்டாள்... etc... etc...

மாது : etc வா...

கிருஷ் : நான் பேச ஆரம்பிச்சேன்னா கிருஷ்ணா call centre ஆயிடும்...

மாது : அவர் வரலிங்கம்மா... ஏன் கிருஷ்ணா avoid பண்ற...

(போனை வைத்து)

கிருஷ் : என் அம்மாவுக்கும் wifeக்குமே ஒத்து வரல...

மாது : உனக்கும் மாமியார் மாட்டுப்பொண் தகராறா...

கிருஷ் : ஒரு மாமியார் ஒரு மாட்டுப் பொண்ணுன்னா தீர்த்து வைக்க try பண்ணலாம்... எனக்கு ஒரு மாமியார் பல மாட்டுப் பொண் தகராறு... permutation combinationல அடிச்சுக்கறாங்க... பிராணன் போறது...

(phone)

அர்ஜுனன் : ஹலோ... நான் அர்ஜுனன் பேசறேன்... அண்ணா அங்க வந்தாரா...

மாது : யாரு தர்மரா...

கிருஷ் : இல்ல... அர்ஜுனன்... என்னை அண்ணா அண்ணான்னு இம்சை... என்னன்னு கேளு...

மாது : என்ன...

அர்ஜு : இல்ல... அந்த second chapterல சாங்கிய யோகத்துல ஒரு ஸ்லோகம் இன்னும் சரியா புரியல...

கிருஷ் : அய்யோ... இருக்கற அவஸ்தை போதாதுன்னு இவன் வேற இம்சை... மகாபாரத யுத்தம் முடிஞ்சு ரெண்டு யுகம் ஆயிடுச்சு... இன்னும் இவனுக்கு doubt தீரல... சொல்றச்சே தலைய தலைய ஆட்டிண்டு கேட்டுப்பான்... இப்ப ஆயிரத்தெட்டு doubt... பேசாம துரியோதனனுக்கு சொல்லியிருக்கலாம்...

மாது : ம்...ம்...ம்... ஒண்ணுமில்ல கிருஷ்ணா... கர்மத்தை செய்.. பலனை எதிர்பாராதேன்னு சொன்னியே... அதுல ஏதோ கொஞ்சம் இடிக்கறதுங்கறான்... ஏதாவது உதாரணம் கொடுக்க முடியுமாங்கறான்...

கிருஷ் : கர்மம்... இவனுக்கு பகவத் கீதையை சொன்னதுக்கு பலனை நான் அனுபவிச்சுக்கிட்டிருக்கேன்... அதான் உதாரணம்...

மாது : அர்ஜுன்... நீங்க ஒண்ணு பண்ணுங்கோ... பொதிகைல வேலுக்குடி கிருஷ்ணன் கீதை விளக்கம் சொல்றார்... அதை கேட்டுக்கோங்க... (போனை வைக்க)

கிருஷ் : பாத்தியா மாது என் நெலைமைய... இவங்க கிட்டர்ந்து தப்பிக்கணும்... I need vacation... அதான் நான் இங்க வந்தேன்...

மாது : ஆமா... எப்பிடி வந்தே...?

கிருஷ் : வழக்கமா என்னோட வாகனம் கருடன்... அதுலதான் வந்தேன். கோயம்பேடுக்கு...

மாது : கோயம்பேடா... அங்க ஏன் போன...?

கிருஷ் : state transport பஸ்லர்ந்து கருடன் வரைக்கும் கோயம்பேடுலதான் drop பண்றாங்க... அப்பறம் அங்கேர்ந்து auto வெச்சுண்டு வந்துட்டேன்...

மாது : இப்பிடியேவா வந்தே... ஆட்டோக்காரன் உன்னை அடையாளம் கண்டுபுடிச்சுருப்பானே...

கிருஷ் : இல்ல... autoல பிரசவத்திற்கு இலவசம்னு போட்டிருந்ததா... அதான் பொம்பள வேஷத்துல வந்தேன்...

மாது : கிருஷ்ணா... எங்க ஊர் auto குலுங்கல்ல hospital போகாம பிரசவமே இலவசம் ஆயிடும்...

(Lights off)

காட்சி-4

(பாட்டி வர)

பாட்டி : கிருஷ்ண ஜெயந்திக்கு வெண்ணை இல்லேன்னியே... வெண்ணை வாங்கிண்டு வந்துட்டேன்...

மைதிலி : பாட்டி... இது சுட்ட வெண்ணையா... சுடாத வெண்ணையா...?

மாது : ஏண்டி... இவ என்ன ஔவைப் பாட்டியா... சுட்டபழம் சுடாதபழம் மாதிரி கேக்கறியே...

கிருஷ் : சுட்ட வெண்ணையா... வெண்ணையை சுட்டா நெய்யாயிடுமே...

மாது : இது வேற சுடறது... இதுக்கு மெட்றாஸ் பாஷைல திருடறதுன்னு அர்த்தம்...

(அப்பா வந்து)

அப்பா : மாது... யாரோட பேசிண்டிருக்க...

மாது : கிருஷ்ணர்ப்பா... கண்ணுக்குத் தெரியல...?

கிருஷ் : மாது... நீதான் என் பக்தன்... உங்கண்ணுக்கு மட்டுந்தான் தெரிவேன்.

மாது : இப்பிடி சொன்னா எப்பிடி கிருஷ்ணா...?

ராமா : டேய்... எங்கடா கிருஷ்ணன்... பைத்தியம்... அத்தனையும் பிரமை...

மாது : பாரு கிருஷ்ணா... நம்ப மாட்டேங்கறாங்க...

கிருஷ் : அதனாலதான் அவங்க கண்ணுக்குத் தெரியல... நம்பிக்கை இல்லாதவங்க கண்ணுக்குத் தெரிஞ்சாலும் நம்ப மாட்டாங்க...

ராமா : கிருஷ்ணர் உங்கண்ணுக்குத் தெரியறாரா... நான் நம்பறேன்...

மாது : thanksப்பா...

ராமா : உன் கிருஷ்ணர்கிட்ட சொல்லி எனக்கொரு சபா சான்ஸ் வாங்கித்தாயேன்...

மாது : கிருஷ்ணா... வாங்கிக்கொடு... நம்புவார்...

கிருஷ் : ok...

(போன் மணி)

ராமா : ஹலோ... யாரு... நாரத கான சபாவா... நானா... மாது... நாரத கான சபால இன்னிக்கு சாயங்காலம் flute கச்சேரிக்கு chance கிடைச்சிருக்குடா...

மாது : அப்பா... நான் சொல்லல... கிருஷ்ணர்தான்...

ராமா : கிருஷ்ணர் இல்ல... கிருஷ்ணசாமி... நாரத கான சபா secretary... அண்ணா... நான் வந்துடறேண்ணா... வந்துடறேன்... வந்துடறேன்... அப்பறம்... என்னோட ரேட்... சரி... சரி... சரி...

மாது : என்ன சொல்றாரு...

ராமா : இல்லே... தேங்கா மூடிங்கறார்... இருந்தாலும் chance.. விடவேண்டாம்... ஏண்டா... நான் சிரமப்பட்டு கிருஷ்ணசாமி கால்ல கைல விழுந்து chance புடிச்சுருக்கேன்... கிருஷ்ணர்ங்கறியே...

கிருஷ் : தேவையா இது எனக்கு... உங்க அப்பாவுக்கு சான்ஸ் வாங்கிக் கொடுத்துட்டு இப்ப நான் வாங்கிக் கட்டிக்கறேன்...

மாது : ரொம்ப sorry...

ராமா : என்னடா, Sorryலாம் எனக்கு வேண்டாம்...

மாது : உனக்கில்லப்பா... இது கிருஷ்ணருக்கு...

ராமா : நாசமாப் போச்சு.. நான் கௌம்பறேம்மா..

இவனோட பேசிக்கிட்டிருந்தேன்... கிருஷ்ண சாமியால கெடைச்ச chance கிருஷ்ணரால போயிடும்...

மாது : அப்பா... கச்சேரி என்ன மிமிக்ரியா...

ராமா : ஏன்...

மாது : இல்லே... flute எடுத்துக்காம போறியே...

ராமா : பாத்தியா... மறந்தே போயிட்டேன்... மைதிலி... உள்ளே... அட... இதோல்ல இருக்கு...

மாது : அப்பா... அப்பா... இது கிருஷ்ணரோட flute...

ராமா : ஆமா... இது கிருஷ்ணரோட flute... இது கிருஷ்ணரோட table... இது கிருஷ்ணரோட பாட்டி... கிருஷ்ணரோட wife... (போகிறார்)

கிருஷ் : இந்த பாட்டி உங்க அப்பாவோட அம்மாதானே...

மாது : இல்லல்ல... எங்கப்பாவோட அம்மா இல்ல...

கிருஷ் : பின்ன...

மாது : எங்க அப்பாவோட அப்பா இருக்காரே... தாத்தா... மாயவரத்துல பெரிய மிராசு... கொஞ்சம் ஷோக் பேர்வழி... அவர் வெச்சுண்டிருந்தார்... setupனு வெச்சுக்கோயேன்...

கிருஷ் : அப்ப பாட்டி இல்ல... வைப்பாட்டின்னு சொல்லு...

மாது : இது என் wife மைதிலி...

மைதிலி : யாருக்கு introduce பண்ணி வைக்கிறேள்...?

மாது : இரும்மா... நீ வேற குழப்பாதம்மா... இங்க better half... அங்க butter half...

மைதிலி : அய்யய்யோ... என்ன பாட்டி இது...?

பாட்டி : விடுடி... இவன் அனாவசியமா கிருஷ்ணரை நம்பிட்டிருக்கான்... கிருஷ்ணரால ஒரு பிரயோஜனமும் இல்லேன்னு தெரிஞ்சவுடனே எல்லாம் சரியாயிடும்... நான் கோவிலுக்கு போயிட்டு வரேன்.

கிருஷ் : First time உன் வீட்டுக்கு வந்திருக்கேன்... ஏதாவது சாப்பிடறியான்னு கேட்டியா...

மாது : எங்க கம்பெனி சாக்லேட் இருக்கு...

கிருஷ் : இன்னும் நீ அதை marketலியே test பண்ணல... என்னை வெச்சு test பண்றியா... எனக்கு புடிச்ச வெண்ணையையே எடுத்துக்கறேன்... வெண்ணை கிடைக்குமா...?

மாது : அய்யய்யோ... என்ன கிருஷ்ணா இவ்ளோ லேட்டா சொல்றியே... பாட்டி எடுத்துண்டு வந்த வெண்ணையை ஞாபகமில்லாம திரும்ப எடுத்துண்டு போயிட்டா போலருக்கே... இப்ப வெண்ணைக்கு எங்க போறது... தலையெழுத்த பாத்தியா... கைல கிருஷ்ணரை வெச்சுண்டு வெண்ணைக்கு அலைய வேண்டியிருக்கு...

பாட்டி : (திரும்பி வந்து) ஏண்டா... அறிவில்லடா உனக்கு... நான்தான் கையோட வெண்ணையை எடுத்துண்டு போயிட்டேன்னா நீயாவது ஞாபகப்படுத்தக் கூடாது... இந்தா உள்ளே fridgeல வை...

மாது : கிருஷ்ணா... fullஆ மங்களம் பாடிடாதே... கிருஷ்ணர் பூஜைக்கு கொஞ்சம் வேணும்.. மீதி வை... ஊம்... **(கிருஷ்ணரைப் பார்த்து)**

பாட்டி : (திரும்பி வந்து) அங்க என்னடா ஊம் கொட்டிண்டு? போய் உள்ளே வை.

கிருஷ் : ஆ...ஆ...

மாது : கிருஷ்ணா, என்னாச்சு...?

கிருஷ் : ஆ... மாது... தலைய சுத்தறது... ஐயோ... என்னவோ பண்றதே... மாது... மாது...

(மயங்கி விழ)

(Lights off)

காட்சி-5

(lights on-மாது தண்ணீர் தெளிக்க, கிருஷ்ணர் எழுந்து உட்கார்வது)

மாது : கிருஷ்ணா... are you ok... இன்னும் கொஞ்சம் தண்ணி தெளிக்கட்டுமா...?

கிருஷ் : இல்லல்ல... போதும்... ஏற்கனவே நெறைய பேர் கடவுளை தண்ணி தெளிச்சு விட்டுட்டாங்க... நீ வேற ஏன் தெளிக்கற...

மாது : ஆமா... என்னாச்சு...?

கிருஷ் : என்ன ஆச்சா... வெண்ணை ஆச்சு... வெண்ணை யால ஆச்சு. நான் வெண்ணைக்கு எவ்வளவோ மயங்கியிருக்கேன்... ஆனா வெண்ணையால மயங்கினது இப்பத்தான்...

மாது : நான் பயந்து போயிட்டேன் கிருஷ்ணா...

கிருஷ் : நானிருக்க பயமேன்...

மாது : இதுல ஒண்ணும் கொறைச்சலில்ல... நீ மயக்கம் போட்டு விழுந்ததைப் பார்த்து பயந்தேன்யா... krishna consciousness கேள்விப்பட்டிருக்கேன்... krishna unconsciousness இப்பதான் கேள்விப் படறேன்...

கிருஷ் : நான் சின்ன வயசுல எவ்ளோ வெண்ணை சாப்டிருக்கேன்...

மாது : அது சின்ன வயசு... இப்ப நீ adult.. வெண்ணையும் adulterated...

கிருஷ் : ரொம்ப பசிக்குதே... உன் wife கிட்ட சொல்லி ஒரு காபி கலந்து கொடுக்க சொல்லேன்...

மாது : அய்யய்யோ... வெண்ணைய்க்கு நீ மயக்கம் போட்டுத்தான் விழுந்த... என் wife கலந்த காபியை குடிச்ச... அப்பறம் நீ கோபாலகிருஷ்ணன் இல்ல... கோமாலகிருஷ்ணன்... நேரா கோமாதான்...

(ராமா entry)

ராமா : மாது... மாது...

மாது : என்னப்பா... அதுக்குள்ள வந்துட்ட....

ராமா : கச்சேரி பாதில நின்னுடுத்துடா...

மாது : ஏன்...?

ராமா : என்ன ஏன்ங்கற... முதல்ல பிள்ளையார் பாட்டா இருக்கட்டுமேன்னு காத்தருள்வாய் கணபதி வாசிச்சேன்...

மாது : சரி...

ராமா : பிரமாதம் போ... செம கைத்தட்டல்... எனக்கே ஆச்சர்யமா இருந்தது. நானா வாசிக்கிறேன்னு...

மாது : நீ இல்லப்பா...

ராமா : கேளுடா... ரெண்டாவது தெரியாத்தனமா... பசுவும் கன்றும் பாய்ந்து வந்தது பரந்தாமன் இசை கேட்டுனு ஒரு கீர்த்தனை... கிருஷ்ணர் மேல... வாசிச்சேன்...

மாது : சரி...

ராமா : வந்துடுத்துடா...

மாது : எது...?

ராமா : பசுவும் கன்றும்... அதுவும் ஒண்ணு இல்லடா நாரத கான சபா பூரா மாடு...

மாது : அப்பறம் என்ன பண்ணே...?

ராமா : என்னத்த பண்றது... மகுடிய நிறுத்தினா பாம்பு கொத்த வர்ற மாதிரி... பாட்டை நிறுத்தினா எல்லாம் முட்ட வருது..

மாது : அப்பறம்...

ராமா : நல்ல வேளை... வயலின்காரன் கோனாரா இருந்தானோ பொழைச்சேன்... அவனுக்கு இந்த மாடு பரிச்சயம் இருக்குல்லியா... மைக்கை புடிச் சான்... பெரிய மாடுகளே... தாய் மாடுகளே... இளங்கன்றுகளே... நீங்கல்லாம் போயிட்டு அப்பறம் வாங்க... வித்வான் ராமானுஜம் பிரத்யேகமா உங்களுக்காக ஒரு கச்சேரி கொடுப் பார்ன்னு சொன்னவுடனேதான் எல்லாம் கலைஞ்சது...

மாது : என்னப்பாது அநியாயமா இருக்கே... சாதாரணமா அரசியல் பொதுக்கூட்டத்துலதான் கூட்டத்தைக் கலைக்க மாடு விடுவாங்க... இங்க கூட்டமே மாடுதானா... அப்பா... நீதாம்பா மாடர்ன் வித்வான்... இத பார்... அடுத்த வாட்டி மதுரை அலங்காநல்லூர்ல உன் கச்சேரிதான்... கச்சேரி முடிஞ்சவுடனே ஜல்லிக்கட்டு...

ராமா : கிருஷ்ணர் வாசிச்சாதான் மாடுல்லாம் மயங்கி நின்னு கேக்கும்பா... நான் வாசிச்சதுக்குமா...!

மாது : அப்பா... திரும்ப சொல்றேம்பா... அது கிருஷ்ணரோட புல்லாங்குழல்... அதை வெச்சுடு... இன்னிக்கு ஏதோ பசுமாடு வந்தது... நீ பொழைச்சே... buffalo வந்தது... நேரா apolloதான்... அதுசரி... ஜனங்கல்லாம்...?

ராமா : எல்லாம் எகிறி குதிச்சு ஓடிட்டாங்க... பாவம்... treasurer பசுபதி மட்டும் மாட்டினுட்டான்... ஆனா கெட்டிக்காரன்... நெலைமைய புரிஞ்சுண்டு நைஸா நாலு கால்ல தவழ்ந்து போய் ம்மா... ம்மா...ன்னு கத்திண்டே escape ஆயிட்டான்...

(ராமானுஜம் exit)

மாது : என்ன கிருஷ்ணா இது... உன்னோட புல்லாங் குழல எடுத்து வாசிச்சதுக்கே இப்பிடின்னா நீ வாசிச்சிருந்தேன்னா உலகமே மயங்கியிருக்கும்...

கிருஷ் : நீ ஏதோ கேக்க வர்ற... நேரடியா கேளு... நான் கண்ணுக்குத் தெரியலேன்னாதான் சிலைக்கு அர்ச்சனை பண்ணி சோப் அடிக்கணும்... அதான் எதிர்லியே இருக்கேனே...

மாது : மனசுல இருக்கறதை அப்பிடியே கண்டுபிடிச் சுட்டியே...! ஒண்ணுமில்ல... எங்க அப்பாவுக்கு கச்சேரி சான்ஸ் வாங்கி தந்தே... நீ வந்ததே எனக்காகத்தான்... என்னை கவனிக்க மாட்டேங் கறியே...

கிருஷ் : நீயும் வேணா ஒரு கச்சேரி வாசிச்சுட்டு வா...

மாது : இல்லப்பா... companyல புது சாக்லேட் introduce பண்றோம்... அது hit ஆச்சுன்னா எனக்கு promotion கெடைக்கும்...

(செல்போன் ring)

மாது : நல்ல சகுனம்... மணி அடிக்குது... ஹலோ...

மாத்ரு : மாது... நான் மேனேஜர் மாத்ருபூதம் பேசறேன்... ஏம்பா... பழுத்த weekday... புது சாக்லேட் வேற introduce பண்ணியிருக்கோம்... மார்க்கெட்டுக்கு போகாம வீட்டுல என்ன பண்ணிக்கிட்டிருக்க...?

மாது : சார்... அது வந்து...

மாத்ரு : பரவாயில்ல... நீ என்ன வேணும்னாலும் பண்ணிக்கிட்டிரு... I am not bothered.. because you are dismissed...

மாது : சார்... (போன் வைக்கப்பட) என்ன கிருஷ்ணா... உங்கிட்ட promotion கேட்ட முகூர்த்தம் எனக்கு வேலையே போயிடுச்சு...

கிருஷ் : ஒரு நிமிஷம் உன் போனை கொடு...

மாது : எதுக்கு...

கிருஷ் : இந்தா... (திருப்பிக் கொடுப்பது)

மாது : எதுக்கு வாங்கிண்ட... எதுக்கு திருப்பிக்கொடுத்த.. கிண்டல் பண்றியா... (போன் வர) ஹலோ...

மாத் : மாது... நான் மாத்ருபூதம் பேசறேம்பா... I am very sorry மாது... உனக்கு எவ்வளவு தன்னடக்கம்... வீட்டுல இருக்கியேன்னு நான் தப்பா சொன்னப்ப மார்க்கெட்ல இருக்கேன்னு சொல்ல வேண்டியதுதானே...

மாது : சார்... நான் மார்க்கெட்ல இருக்கேனா...?

மாத் : அதான் sorry சொல்லிட்டேன்ல... மார்க்கெட் லேர்ந்து assistant sales manager ரகுராமன் போன் பண்ணார்... நீ மவுண்ட் ரோட்ல மாடா உழைக்கிறியாமே...

மாது : நான் மவுண்ட் ரோடுலியா...?

மாத் : இதான் தன்னடக்கங்கறது... உன்னோட salesman shipனால் நாம introduce பண்ண சாக்லேட் பயங்கர hitப்பா... onlineல order குவியுது...

மாது : சார்...!

மாத் : you are promoted as deputy manager... order ரெடியா இருக்கு... வந்து வாங்கிக்க... அப்பறம் போனை வெச்சுடாத...

மாது : என்ன சார்...

மாத் : between you and me... வெளிய யாருக்கும் சொல் லிடாத... யாரும் நம்ப மாட்டாங்க... போன வாரம் என் wife கனவுல கிருஷ்ணர் வந்தாராம்...

மாது : நெஜமாவா கிருஷ்ணா...

மாத் : நெஜமாவா மாத்ருபூதம்னு கேளு.....

(போனை வைக்க)

மாது : எப்பிடி கிருஷ்ணா...?

கிருஷ் : நான் உன் கனவுல வந்தப்ப நீ தூங்கிண்டிருந்த இல்லியா... call divert ஆனா மாதிரி கனவு divert ஆயிடுச்சு... அங்க போயிட்டேன்...

மாது : ரொம்ப thanks கிருஷ்ணா... deputy manager post... எப்பிடி கிருஷ்ணா நான் இங்கேயும் இருக்கேன்... மார்க்கெட்லேயும் இருக்கேன்...

கிருஷ் : இப்ப உனக்கு நல்ல மார்க்கெட்... வீட்டுல உக்காந்தே எல்லா chocolateயும் வித்துடலாம்...

மாது : கிருஷ்ணா... இவ்ளோ help பண்ணியே... உனக்கு என்ன வேணும் கேளு...

கிருஷ் : ஓ... அந்த rangeக்கு போயிட்டியா... ootyக்கே apple மாதிரி கடவுளுக்கே வரமா... உன் thanksஅ கடைசியா சொல்லு... இன்னும் surprise மிச்சம் இருக்கு...

மாது : என்ன surprise...?

கிருஷ் : calling bell அடிக்குது பாரு...

மாது : அடிக்கலியே...

கிருஷ் : அடிக்கணுமே...

(bell sound - **லொள்...**)

(ஒருவன் entry)

ஒருவன் : sir.. நாய் i come in.. sorry.. may i come in..? இங்க மிஸ்டர் மாதுன்னு ஒருத்தர்... சரி... நீங்க ஒருத்தர்தான் இருக்கீங்க... நீங்கதான் மாதுவா இருக்கணும்... இந்த சௌசௌ சாக்லெட் கம்பெனில work பண்றவர்தானே...

மாது : ஆமா...

ஒருவன் : congratulations.. deputy manager ஆயிட்டீங்களாமே...

மாது : என்னய்யா இது... காட்டுத்தீ மாதிரி பரவுது...

ஒருவன் : சார்... நாங்க ஒரு TV channel நடத்தறோம்... அதுல ஒரு interview நீங்க கொடுக்கணும்... உலக தொலைக்காட்சிகளில் முதல்முறையாக உங்க interview வரப்போகுது... நீங்க world famous ஆயிடுவீங்க...

மாது : அய்யோ... நெஜமாவா...

ஒருவன் : ஆமா சார்...

மாது : நீங்க எந்த சேனல்...?

ஒருவன் : எங்க சேனல் பேர் விளம்பர சேனல்...

மாது : அது என்ன விளம்பர சேனல்...?

ஒரு : சார்... சாதாரணமா programக்கு நடுவுல விளம்பரம் வரும்... ஆனா எங்க channelல விளம்பரத்துக்கு நடுவுல கொஞ்சம் program வரும்... see you tomorrow... இதான் என்னோட கார்ட்... நீங்க நாளைக்கு studioவுக்கு வந்துடுங்க...

(Exit)

(Lights Off).

காட்சி-6

(TV studio)

கிருஷ் : மாது.. TVன்னா என்ன..?

மாது : Television..

கிருஷ் : ம்..எலிவிஷம் மாதிரி டெலிவிஷம்..

மாது : கிருஷ்ணா.. விஷம் இல்ல.. vision.. vision.. but நீ சொல்றது கரெக்ட்தான்.. இதுவும் ஒரு மாதிரி slow poisonதான் ..

கிருஷ் : புரியல..

மாது : அதாவது.. எங்கேயோ நடக்கறதை எல்லாம் இங்கிருந்தே கவனிக்க முடியும்.. (கிருஷ்ணர் சிரிக்க) ஏன் சிரிக்கற..

கிருஷ் : இல்ல.. ஆட்டோல வர்றச்சே எவ்ளோ Traffic Jam.. மூச்சு முட்டற அளவுக்கு தூசு.. Pollution.. இந்த அழகுல மீட்டருக்கு மேல காசு கேட்டு ஆட்டோக்காரன் கன்னா பின்னான்னு திட்டறான்..

மாது : அதுக்கென்ன இப்போ..

கிருஷ் : இங்க நடக்கற இதையெல்லாம் கவனிக்கறத விட்டுட்டு எங்கேயோ நடக்கறத கவனிச்சுக் கிட்டிருக்கீங்களே.. அத நெனைச்சாதான் சிரிப்பு வருது.

மாது : ம்... பூலோகத்துக்கு வந்து ரெண்டு நாள்தான் ஆகுது... போற ரேட்டுல தனிக்கட்சி ஆரம்பிச்சு டுவ போலருக்கு... ஏதோ ஒண்ணு கேக்கணும்னு நெனைச்சேன்...மறந்தே போச்சே... அட ராமா... ஆங்... ராமர் பாலம் கட்டினாரா...?

கிருஷ் : எனக்குத் தெரியாதே...

மாது : உனக்குத் தெரியாதா...

கிருஷ் : எப்பிடி தெரியும்... ராமருக்கு அப்பறந்தானே கிருஷ்ணர்.. நான்...

மாது : பாத்தியா... ராமர் கிருஷ்ணர் எல்லாம் ஒண்ணுதானே...

கிருஷ் : அதெப்படி ஒண்ணாக முடியும்... அவர் குணாதிசயம் வேற... என் குணாதிசயம் வேற... (TVகாரர் வருவது)

TV : சார்... வாங்க வாங்க... ரொம்ப நேரமா wait பண்ணிக்கிட்டிருக்கீங்களா...?

மாது : இல்ல இப்பதான்...

TV : அதுக்குள்ள போரடிச்சுப்போய் தனக்குத்தானே அங்க எங்கியோ பேசிக்கிட்டிருக்கீங்களே...

மாது : சரி, அதை விடுங்க சார்... program எத்தனை மணிக்கு?

TV : இன்னும் 10 நிமிஷத்துல ஆரம்பிச்சுடும்.. நீங்க இந்த ஸ்டுடியோவ விட்டு வெளியே போனீங் கன்னா அங்க ஒரு monitor TV இருக்கு... நீங்க அதுல programஅ பாக்கலாம்...

மாது : programஅ பாக்கலாமாவா... நான்தானய்யா program கொடுக்கணும். (மாத்ருபூதம் entry)

மாத்ரு : ஹாய் மாது...

மாது : சார்...

மாத்ரு : ஒரு சின்ன change... என்னதான் chocolate salesக்கு நீ காரணமா இருந்தாலும்... as a general manager பேட்டிய நான் கொடுக்கலாம்னு இருக்கேன்.

மாது : சார்... மார்க்கெட்ல அலைஞ்சு வித்தது நானு.. பேட்டி கொடுக்கறது நீங்களா...?

மாத்ரு : ஏம்பா... ஏன் இப்பிடி நீ நான்னு பிரிச்சுப் பேசற... deputy manager நீ கொடுத்தா என்ன... General Manager நான் கொடுத்தா என்ன... எல்லாம் ஒண்ணுதான... ராமர்னா என்ன... கிருஷ்ணர்னா என்ன... எல்லாம் ஒண்ணுதானப்பா...

TV : சார்... நீங்க அந்த chairல உக்காருங்க சார்... மாது... நீங்க வேணா இங்க உக்காந்துக்கங்க பேட்டியை வேடிக்கை பாருங்க...

மாது : கிருஷ்ணா... இது உன் வேலையா...

கிருஷ் : Sorry... இது என் வேலை இல்ல... எனக்குள்ள இருக்கற ராமர் வேலை...

மாது : என்ன கிருஷ்ணா இது... இப்ப General Manager பேட்டி கொடுக்க போறாரு... அப்பறம் அவரில்ல famous ஆயிடுவாரு...

கிருஷ் : அவரு ஒழுங்கா பேசினாத்தானே பேட்டி...

மாது : என்ன சொல்ற...

கிருஷ் : அவரை தப்பா பேச வையி...

மாது : எப்பிடி...

கிருஷ் : நீ ஏதாவது தப்பா பேசு... அதைத்தான் அவனும் பேசுவான்...

மாது : ஓ... நீ அப்பிடி வர்றியா?

TV : அப்ப ஆரம்பிச்சுடலாமா சார்...

மாத்ரு : Ok...I am ready...

TV : Lightingலாம் okயா... camera readyயா... சார்... ஒரு சின்ன request.. நான் countdownனு சொன்ன வுடனே 10..9..8.. அப்பிடினு சொல்லிட்டே வாங்க... நீங்க 1 சொன்னவுடனே நான் கேள்விய ஆரம்பிச்சுடறேன்... ok..

மாத்ரு : ok... no problem...

TV : ரெடியா... countdown...

மாத்ரு : 10..9..8..7..

கிருஷ் : மாது... (சைகை காட்ட)

மாது : 8..9..10..

மாத்ரு : 8...9..10..

மாது : 10.2..

மாத்ரு : 10.2.. 10.3.. 10.4..

TV : சார் சார்... cut cut cut.. என்ன சார் இது... count down பண்ண சொன்னா count up பண்றீங்களே... சரி சரி... countdown நானே பண்ணிக்கறேன்.. Roll 6..5..4..3..2..1.. Good morning Sir...

மாது : Good night... sweet dreams...

மாத்ரு : Good night sir... sweet dreams sir... go to bed sir...

TV : Cut..cut..cut..cut.. என்ன சார் இது...

மாத்ரு : Sorry Sir. என்னன்னே தெரியல... இப்ப ரெடி சார்...

TV : ok... roll... Good morning viewers... இப்ப உங்களுக்கெதிரே ஒரு சாக்லேட் கம்பெனி General Manager உக்காந்திருக்கார்... அவரை இப்ப நான் அறிமுகப்படுத்தி வைக்கிறேன்... உங்க பேரு என்ன சார்...

மாத்ரு : எம் பேரு...

மாது : பாத்ரூம் போறேன்...

மாத்ரு : எம் பேரு பாத்ரூம் போறேன்...

TV : Cut.. என்ன சார்... மாத்ருபூதத்தை பாத்ரூம் போறேங்கறீங்க...

மாத்ரு : என்னன்னே தெரியல சார்... வாய் தவறி சொல் லிட்டேன்....

TV : வாய் தவறி எப்பிடி சார் பாத்ரூம் போக முடியும்... ok..ok. Roll... உங்க பேர் என்ன சார்...

மாத்ரு : எம் பேரு...

மாது : நயன்தாரா... Eightதாரா... Sevenதாரா...

மாத்ரு : நயன்தாரா... Eightதாரா... Sevenதாரா... Sixதாரா... fiveதாரா... fourதாரா... threeதாரா... twoதாரா... Oneதாரா...

TV : cut...cut... என்ன சார் இது... தப்பான பேரை சொல் றீங்க... இதுல countdown வேற பண்றீங்க... அப்ப விட்டதை இப்ப புடிக்கிறீங்களா... Any problem...?

மாத்ரு : என்னன்னே தெரியல சார்...

TV : ok..ok.. i will manage... roll... நேயர்களே... இது சாக்லேட் கம்பெனி General Manager... He is Mr. மாத்ருபூதம்...

மாது : Cut..Cut..Cut..

மாத்ரு : Cut..Cut..Cut..Cut..

TV : அய்யய்யோ... என்ன சார் இது... உங்க பேரை நீங்க சொல்ல மாட்டேங்கறீங்கன்னுதான் உங்க பேரை நான் சொன்னா... அதையும் சொல்ல விடாம Cut பண்றீங்களே... என்ன ஆச்சு உங்களுக்கு...

மாத்ரு : நான் சொல்லல சார்... என்னையும் அறியாம சொல்லிட்டேன் சார்...

TV : என்ன... Furtherஆ போகலாமா...?

மாத்ரு : இப்ப நான் கரெக்டா சொல்லிடறேன் சார்...

TV : அடுத்தது உங்க கம்பெனி பேர் கேக்கப் போறேன்... இந்த Bathroom போறேன்... Toilet போறேன்னுலாம் சொல்லாதீங்க...

மாத்ரு : மாட்டேன் சார்... மாட்டேன் சார்...

TV : என்ன ஒத்தை விரலை காட்டறீங்க... நெசமாவே பாத்ரூம் போகணுமா?

மாத்ரு : இல்ல சார்... ஒரு ரிகர்சல் பாத்துடலாம்...

TV : அந்த விரலை மடக்குங்க சார்... உங்க கம்பெனி பேர் என்ன சொல்லுங்க பாப்போம்...

மாத்ரு : சௌசௌ சாக்லேட் கம்பெனி...

TV : Good... இத மாதிரி சொல்லணும்... Ok.. Roll... Welcome Mr.மாத்ருபூதம்... உங்க சாக்லேட் கம்பெனி பேர் என்ன...

மாது : சௌசௌ... சௌசௌ... சௌசௌ...

மாத்ரு : சௌசௌ... சௌசௌ... சௌசௌ...

TV : தூ... நிறுத்துங்க... Cut.. ஏற்கனவே எங்க program லாம் ஜவ் ஜவ்னு இழுக்குதுன்னு சொல்றாங்க. நீங்க சவ் சவ்னு இழுக்கறீங்களே...

மாத்ரு : Sorry Sir.. Sorry Sir..

TV : தலையெழுத்து... விடுங்க சார்... நானே manage பண்ணிக்கறேன்... நேயர்களே மிஸ்டர் மாத்ரு பூதம்... சௌசௌ சாக்லேட் கம்பெனில General Managerஆ இருக்கார்... மிஸ்டர் மாத்ருபூதம்... உங்களோட சௌசௌ chocolate ரொம்ப hit ஆயிருக்குன்னு கேள்விப்பட்டேன்... இதை எப்பிடி நீங்க celebrate பண்ணிங்க...?

மாது : அந்த சந்தோஷத்தை என்னால தாங்க முடியல...

மாத்ரு : அந்த சந்தோஷத்தை என்னால தாங்க முடியல...

மாது : அதனால...

மாத்ரு : அதனால...

மாது : ஒரு Quarter அடிச்சுட்டு ஒரே கூத்துதான் போங்க... குப்புற கவுந்துட்டேன்...

மாத்ரு : ஒரு Quarter அடிச்சுட்டு ஒரே கூத்துதான் போங்க... குப்புற கவுந்துட்டேன்...

TV : Cut..Cut.Cut..Cut.. Get out I say... என்ன சார் இப்பிடி கேவலமா behave பண்றீங்களே... இத்தனைக்கும் நீங்க சொல்ல வேண்டியதையெல்லாம் நான் சொல்லியிருக்கேன்... நீங்க இன்னும் எதுவுமே சொல்லல...

மாத்ரு : சார்... சார்... சார்... Head Officeலர்ந்துலாம் பாப்பாங்க... ஏதோ தப்பு நடக்குது... ஆனா இந்த வாட்டி Correctஆ பண்ணிடறேன் சார்...

கிருஷ் : மாது போதும்... பாவம் மாத்ருபூதம்...

மாது : இல்ல கிருஷ்ணா... இந்த வெளையாட்டு ரொம்ப ஜாலியா இருக்கு...

கிருஷ் : அப்ப இதை வேற விதமா வெளையாடலாம்... இது வரைக்கும் வெளையாடினது One day... இப்ப 20-20ல சீக்கிரம் முடிச்சுடலாம்...

TV : Roll... உங்க சாக்லேட்டோட வெற்றிக்கு என்ன காரணம்...?

மாத்ரு : இந்த வெற்றியோட முக்கிய காரணம் நான்தான்...

கிருஷ் : அப்பிடி சொல்வேன்னு நெனைக்கறீங்க... அதான் இல்ல...

மாத்ரு : அப்பிடி சொல்வேன்னு நெனைக்கறீங்க... அதான் இல்ல...

கிருஷ் : இந்த வெற்றிக்கு முக்கிய காரணம்... எங்க Deputy Manager மிஸ்டர் மாதுதான்...

மாத்ரு : இந்த வெற்றிக்கு முக்கிய காரணம்... எங்க Deputy Manager மிஸ்டர் மாதுதான்...

கிருஷ் : இப்ப நான் உங்களுக்கு மிஸ்டர் மாதுவை introduce பண்ணி வைக்கிறேன்...

மாத்ரு : இப்ப நான் உங்களுக்கு மிஸ்டர் மாதுவை introduce பண்ணி வைக்கிறேன்...

கிருஷ் : மாது... வாங்க...

மாத்ரு : மாது... வாங்க...

மாது : வணக்கம்... நான்தான் மாது...

மாத்ரு : வணக்கம்... நான்தான் மாது...

கிருஷ் : Ok... dubbing நான் பாத்துக்கறேன்...

TV : Roll...

கிருஷ் : மாது is a wonderful salesman...

மாத்ரு : மாது is a wonderful salesman...

மாது : Thank you Sir...

கிருஷ் : மாது is a fine gentleman...

மாத்ரு : மாது is a fine gentleman...

மாது : Thank you Sir...

கிருஷ் : மாது ஒரு பிர்லா...

மாத்ரு : மாது ஒரு பிர்லா...

கிருஷ் : மாது ஒரு டாடா...

மாத்ரு : மாது ஒரு டாடா...

கிருஷ் : மாது ஒரு பீஷ்மர்...

மாத்ரு : மாது ஒரு பீஷ்மர்...

கிருஷ் : மாது ஒரு துரோணர்...

மாத்ரு : மாது ஒரு துரோணர்...

மாது : போதும்... periodஅ மாத்தறியே கிருஷ்ணா...

கிருஷ் : Sorry...

மாத்ரு : மாது ஒரு... Sorry...

கிருஷ் : In fact... நான் இருக்க வேண்டிய Seat மாது இருக்க வேண்டியது...

மாத்ரு : In fact... நான் இருக்க வேண்டிய Seat மாது இருக்க வேண்டியது.

TV : Is it...

கிருஷ் : மாது.. Take my Seat...

மாத்ரு : மாது.. Take my Seat...

(மாத்ருபூதம் எழ, மாது உட்கார, கரகோஷம்)

(Lights Off)

காட்சி-7

TV : மாது... Congratulations... உங்க பேட்டிக்கு Super response. நீங்க தமிழ்நாடு பூரா famous ஆயிடப் போறீங்க... All the best...

(Exit)

மாது : கிருஷ்ணா... ரொம்ப thanks.. நான் deputy manager ஆயிட்டேன்... General Manager என்னைப் பத்தி TVல ஒஸ்தியா சொல்லியிருக்கார்... இதையெல் லாம் மீறி அவர் கொடுக்க வேண்டிய பேட்டியை நான் கொடுத்திருக்கேன்... இப்பிடிலாம் நடக் கும்னு நான் கனவுல கூட நெனைக்கலே... கடவுள் மாதிரி வந்து help பண்ண...

கிருஷ் : அடப்பாவி... கடவுள் மாதிரியாவா... இதான்... மனுஷங்களோட பழகக்கூடாதுங்கறது... இப்பிடி யே போச்சு... கடவுள் தேஞ்சு கட்டெறும் பாயிடும்...

மாது : Sorry கிருஷ்ணா...

(ராமானுஜம் entry)

ராமா : மாது... மாது...

மாது : அப்பா... என்ன... என்னை பாக்கறதுக்கு TV ஸ்டேஷனுக்கே வந்துட்ட...

ராமா : அது வந்து மாது...

மாது : அதை விடுப்பா... TVல என் பேட்டிய பாத்தியா...

ராமா : பேட்டிய விடுடா... நீ உன் பாட்டிய பாத்தியா...

மாது : ஏன்... பாட்டிக்கு என்ன...?

ராமா : பாட்டியோட லூட்டி சகிக்கல...

மாது : என்ன பண்ணா...

ராமா : நம்ம ஏகாம்பரம் இருக்கார்லியா...?

மாது : தெரியும்... நம்ம area Sub Inspector... அவருக் கென்ன...

ராமா : அவர் என்னை பாக்கறதுக்காக வந்திருந்தார்... பாட்டி அவரோட துப்பாக்கிய சுட்டுட்டா...

மாது : அய்யய்யோ... அப்ப ஏகாம்பரம் closeஆ...?!

ராமா : அய்யோ... சுட்டுட்டானா அது இல்லடா... திருடிட்டா...

மாது : எதுக்காக?

ராமா : உன் பேட்டிய நாங்கலாம் பாத்துக்கிட்டிருந் தோம்... மைதிலிக்கு ரொம்ப சந்தோஷம். புருஷன் TVல வர்றாருன்னு அதை கொண்டாடற துக்கு Sweet... ரவா கேசரி பண்ணலாம்னு decide பண்ணா... அதுக்கு Gas Stove பத்த வைக்கலாம்னா... அந்த lighter work பண்ணல... பாட்டிகிட்ட சொல்லியிருக்கா... பாட்டி என்ன பண்ணா தெரியுமா?

மாது : என்ன பண்ணா...?

ராமா : ஏகாம்பரம் துப்பாக்கிய அவர் pocketலேர்ந்து pick-pocket அடிச்சு மைதிலிகிட்ட... ஆபத்துக்கு பாவமில்ல... இதை use பண்ணி பத்த வையுனுட்டா...

மாது : அய்யய்யோ... ரவா கேசரி பண்றதுக்கு துப்பாக்கி யா... Gas வெடிச்சிருக்குமே...

ராமா : நல்ல வேளை... ரவை இல்லை...

மாது : யப்பா.. Sweet பண்ணலியே..

ராமா : துப்பாக்கில ரவை இல்லடா... அப்பறம் ஒரு மாதிரி ஏகாம்பரத்தை சமாதானம் பண்ணி துப்பாக்கிய கொடுத்தனுப்பிட்டேன்... ஆனா...

மாது : என்ன ஆனா...?

ராமா : அந்த ஏகாம்பரம் போறதுக்கு முந்தி அவன் நாக்கை புடுங்கிக்கற மாதிரி ஒண்ணு சொன்னான் பாரு...

மாது : என்ன சொன்னான்...?

ராமா : நீங்க பாட்டிய வளர்த்த விதம் சரியில்லேன்னு காறி துப்பிட்டு போயிட்டான்...

மாது : அப்பா... நீ அவளை அம்மான்னு பாக்காத... முத காரியமா பாட்டிய ஏதாவது old age homeல சேத்துடலாம்...

(ராமானுஜம் Exit)

கிருஷ் : மாது... தப்புப்பா... ஆயிரம் இருந்தாலும் அவ உன் பாட்டி... அவளை Old Age Homeல சேக்கலாமா...?

மாது : வேறென்ன... youth hostelலியா சேக்க முடியும்...? ரொம்ப திருடறா கிருஷ்ணா... அதனால காலனிலேயே எங்களுக்குக் கெட்ட பேரு... கிருஷ்ணா... இந்த பாட்டிய கொஞ்சம் மாத்தக் கூடாதா...

கிருஷ் : எப்பிடி... பாட்டிய தாத்தாவா மாத்தணுமா...

மாது : கிண்டலா... அவ குணத்தை மாத்தணும்...

கிருஷ் : மாத்தறேன்.

மாது : எப்ப...

கிருஷ் : மாத்திட்டேன்...

மாது : என்ன...

கிருஷ் : திருட்டுங்கறது என்ன... எடுக்கறது... எடுக்கறதுக்கு Opposite என்ன?

மாது : oppositeஆ எடுக்கறது...?

கிருஷ் : இல்லப்பா... கொடுக்கறது.

மாது : ஆங்... கொடுக்கறது...

கிருஷ் : எடுக்கறது திருட்டுன்னா... கொடுக்கறது தர்மம்... உன்னோட எடுக்கற பாட்டிய கொடுக்கற பாட்டியா மாத்திட்டேன்...

மாது : கிருஷ்ணா... கும்பிடப்போன தெய்வம் குறுக்கே வந்த மாதிரி...

கிருஷ் : மறுபடி மறுபடி மாதிரி மாதிரிங்கறியே... உனக்கு நாலு கை... சங்கு சக்கரத்தோட வந்து பயமுறுத்தியிருக்கணும்... Tension ஆயிருப்ப நீ...

மாது : கிளம்பலாம் கிருஷ்ணா... நீ மாத்தின அந்த கொடுக்கற பாட்டிய பாக்கணும்னு ஆசையா இருக்கு...

மாது : *(போன் மணி அடிக்க)* ஹலோ...

மைதிலி : என்னங்க... ஒரு விஷயம் தெரியுமா... பாட்டி...

மாது : என்ன... change ஆயிட்டாளா...?

மைதிலி : ரொம்ப change ஆயிட்டா... இப்ப வீட்டுல change கூட இல்ல... நாம் ஏழையாயிட்டோம்

(Lights Off)

காட்சி-8

(மாது சந்தேகமாக வாசலை பார்த்தவாறு entry)

ராமா : மாது... வாடா...

மாது : அப்பா... வாசல்ல யாரு... நாலைஞ்சு ladies... தகதகன்னு பட்டுப் புடவை கட்டிண்டு... jewels ஜொலிக்கறது...! யார் அந்த rich ladies...?

ராமா : அதை ஏன் கேக்கற...

மாது : சரி கேக்கல, சொல்லு...

ராமா : அதை எப்பிடிடா சொல்றது...?

மாது : ஏன்...?

ராமா : நீதான் கேக்கலியே...

மாது : சரி கேக்கறேன், சொல்லு...

ராமா : அதை ஏன்டா கேக்கற...

மாது : சும்மாயிருப்பா... மைதிலி... மைதிலி...

ராமா : மைதிலி வரமாட்டா...

மாது : ஏன்...?

ராமா : வெக்கப்பட்டுண்டு உள்ள ஒளிஞ்சிண்டிருக்கா...

மாது : என்ன வெக்கம்...

ராமா : அதை ஏன் கேக்கற...

மாது : இந்த வெளையாட்டுக்கு நான் வரல... மைதிலி... ஏய் மைதிலி...

(மைதிலி entry)

மாது : என்னடிது... பழைய நூல் புடவை... கைல வளையலை காணும்... கழுத்துல செயின காணும்... காதுல தோடு மூக்குத்தி... சகுனி சூதாட்டத்துல தோத்த பாஞ்சாலி மாதிரி இருக்கே...

மைதிலி : சகுனி இல்லிங்க... கூனி... உங்க பாட்டி...

மாது : உளறாத... ஏன் இப்பிடி பிச்சைக்காரி மாதிரி நிக்கற...

மைதிலி : எல்லாம் பாட்டியால...

ராமா : மாது... வாசல்ல நீ பாத்தியே Rich Ladies... அவங்க Rich Ladies இல்ல... பிச் லேடீஸ்... பிச்சைக்கார Ladies...

மாது : என்னப்பா சொல்றீங்க... பிச்சைக்காரிங்களா...?

ராமா : அவங்க போட்டிருக்கற பட்டுப் புடவை, நகை நட்டுலாம் மைதிலிது. பாட்டி எல்லாத்தையும் பிச்சைக்காரங்களுக்கு போட்டுட்டா...

மாது : என்னப்பா சொல்ற...

ராமா : நீ TV Stationல இருந்தல்லியா... அப்ப பாட்டி இந்த கிருஷ்ணர் போட்டோக்கு எதிர்ல வந்து அதையே பாத்துக்கிட்டிருந்தா... திடீர்னு மயக்கம் போட்டு மூச்சு பேச்சில்லாம விழுந்துட்டா..

மாது : நல்ல chanceஅ விட்டுட்டீங்களே... அப்பிடியே கிருஷ்ணாம்பேட்டைக்கு கொண்டு போய் கொளுத்திட வேண்டியதுதானே...

ராமா : கேளுடா... மயக்கம் தெளிஞ்சு எழுந்த பாட்டி Totalஆ மாறிட்டா...

மாது : தெரியும்... எடுக்கற பாட்டி கொடுக்கற பாட்டியா மாறிட்டா... (அலறி) ஆ... கொடுக்கறதுனா இதானா... கிருஷ்ணா... ஆமா பாட்டி எங்கே...?

குரல் : அம்மா... பாட்டி... நிக்க முடியலம்மா... உக்கார ஒரு chair போடுங்கம்மா...

பாட்டி : தோ வந்துட்டேன்...

(பாட்டி ஒரு chairடன் வாசலுக்கு ஓடுவது)

மாது : பாட்டி... பாட்டி... என்னப்பாது...

ராமா : முதல்ல Jewelsலாம் பிச்சை போட்டாச்சு... இப்ப furniture போட ஆரம்பிச்சிருக்கா... அடுத்து என்னவோ...

(பாட்டி திரும்பி உள்ளே செல்ல)

குரல்-2 : அம்மா... பாட்டி... பொழுது போகல, ரொம்ப போர் அடிக்குதும்மா... ஒரு கலர் TV போடுங்கம்மா...

(பாட்டி TVயுடன் வர, மாது தடுத்து)

மாது : பாட்டி நில்லு... என்ன பாட்டி இது... TVய போடற... தூர்தர்ஷன் கேள்விப்பட்டிருக்கேன்... இது தர்மதர்ஷனா இருக்கே...

பாட்டி : பாவம்... ஏதோ பசில கேக்கறான்...

மாது : பசியா... என்ன உளர்ற... TV பாத்தா பசி தீருமா?

பாட்டி : பார்த்தால் பசி தீரும்...

மாது : பாட்டி... பழமொழி கேள்விப்பட்டிருப்பியே... ஆத்துல போட்டாலும் அளந்து போடணும்...

பாட்டி : அதெல்லாம் அளந்து பாத்துட்டேன்டா... 14 inches... சின்ன TVதான்... அல்பமா இருக்கியே...

மாது : என்ன பாட்டி இது... இப்ப TV... போற ரேட்டுல Fridge, Washing Machine எல்லாத்தையும் போட்டுடுவ போலருக்கே...

ராமா : அதெல்லாம் எப்பவோ போட்டாச்சு...

மாது : பாட்டி... Fridge... Washing Machineலாம் போட்டியா... Washing Machine எதுக்காக போட்ட...?

பாட்டி : ஒரு குடுகுடுப்பைக்காரன் வந்து பழைய துணி போடுங்கம்மான்னுதான் கேட்டான்... பழைய துணியோட Washing Machineஅயும் போட்டேன்.

(தலையை துவட்டிக்கொண்டு ஒருவன் குறுக்கே நடக்க)

மாது : ஏய்... யார் நீ...

ஒருவன் : பாட்டிய கேளு... பாட்டி... Shampoo Soapலாம் Super...

மாது : யார் பாட்டி இது...

பாட்டி : பாவம்மா குளிச்சு ஆறு மாசம் ஆகுதுன்னான்... அதான் நம்ம bathroomஅ use பண்ணிக்க சொன் னேன்...

மாது : கட்டண கழிப்பிடம் கேள்விப்பட்டிருக்கேன்... இப்பிடி இலவச கழிப்பிடம் ஆக்கிட்டியே...

குரல்-2 : அம்மா... பாட்டி... ராதிகாவோட அரசி ஆரம்பிக்கப் போகுதும்மா... TVயை on பண்ணி போடுங்கம்மா...

பாட்டி : இதோ வரேன்டா... அடுத்த வாரம் வா Set Top Box தரேன். IPL Match பார்க்கலாம்.

(பாட்டி Exit)

மாது : அப்பா என்னப்பாது... வீட்டுல எல்லாம் போயாச்சு...

ராமா : இதுக்கே இப்பிடி சொல்றியே... இன்னொண்ணு சொன்னா நீ ஆடிப்போயிடுவ...

மாது : என்னது...

ராமா : பாட்டி உன்னையே பிச்சை போட்டுட்டாடா...

மாது : என்னை பிச்சை போட்டாளா...

ராமா : ஆமா. ஒருத்தன் வந்தான். அம்மா... பாட்டி... புள்ளைக்குட்டி இல்லேன்னான். பாட்டிக்கு அப்பிடியே பீறிட்டு அடிச்சிறுத்து... அடுத்த வாரம் வாப்பா... எம்பேரன் மாதுவ தத்து கொடுத்துடுறேனுட்டா...

(ராமானுஜம் Exit)

(கிருஷ்ணா Entry)

மாது : கிருஷ்ணா... வா... நல்லாயிருக்கு உன் கொடுக்கற எடுக்கற idea...

கிருஷ் : பாட்டிக்கு இது ஆரம்பத்து வேகம்... போகப் போக எல்லாம் சரியாயிடும்...

மாது : இன்னும் என்ன இருக்கு போறதுக்கு... எல்லாம் போயாச்சு... கிருஷ்ணா... இப்பிடி பண்ணிட்டியே கிருஷ்ணா...

(Phone Bell Sound)

மாது : போன்லியும் பிச்சையா... இரு... ஹலோ...

மாத்ரு : மாது... நான்தான் மேனேஜர் மாத்ருபூதம் பேச றேன்... நீ Deputy General Manager ஆயிட்ட... TVல வேற கம்பெனிய பத்தி ஒஸ்தியா சொல் லிட்ட... Head Officeலர்ந்து உனக்கு தனி பங்களா Sanction பண்ணிட்டாங்க...

மாது : சார்...

மாத்ரு : இன்னும் ஒரு மாசத்துல நீ அங்க போயிடுவ... போகும் போது ஹாயா கையை வீசிக்கிட்டு போகலாம்... Fully furnished Bungalow... அதில் TV, Fridge, AC, Washing Machine எல்லாம் உண்டு... இப்ப உங்க வீட்டுல இருக்கற அந்த ஓட்டை உடைசல் TV, Fridge யெல்லாம் தலைய சுத்தி தூக்கி எறி... ஏன் தூக்கி எறியணும்... யாராவது ஏழை பட்டவங்களுக்குக் கொடுத்துடேன்...

மாது : சார்... இன்னும் Furnish பண்ண வேண்டியது ஒண்ணு இருக்கு சார்...

மாத்ரு : என்ன...?

மாது : என் Wife நிராயுதபாணியா நிக்கறா.. அவளுக்கு இந்த பட்டுப்புடவை, Jewels இதெல்லாமும்...

மாத்ரு : (சிரித்து) ok... (போனை வைக்க)

மாது : கிருஷ்ணா...

கிருஷ் : இதான்... ஒண்ணு கிருஷ்ணாங்க வேண்டியது... ok ஆயிடுச்சுன்னா கிருஷ்ணா... இந்த ரெண்டு

overactionம் வேண்டாம்... சர்வம் கிருஷ்ணார்ப் பணமஸ்துன்னு இரு... Everything will be alright...

மாது : எப்பிடி அப்பிடி சர்வம் கிருஷ்ணார்ப்பணம் அஸ்துன்னு இருக்க முடியும்...? நீ உன் point of viewலேர்ந்து சொல்லிட்ட... என் point of viewல சர்வம் பிச்சைக்கார்ப்பணமஸ்து...

கிருஷ் : என்ன பிச்சைக்காரன் பிச்சைக்காரங்கற... TV, Fridge, Washing machine இதெல்லாத்தையும் பாட்டி பிச்சைக்காரனுக்கு போட்டா... அதே TV, Fridge, Washing Machineஅ உங்க மேனேஜர் உனக்கு திருப்பி போட்டார்...

மாது : அதனால...

கிருஷ் : நீயும் பிச்சைக்காரன்தான்... நீ வீட்டுக்குள்ள பிச்சை எடுக்கற... அவங்க வீட்டுக்கு வெளிலேர்ந்து எடுக்கறாங்க...

மாது : அது... எனக்கு கிடைச்ச promotionக்காக மேனேஜர் கொடுத்தார்...

கிருஷ் : யோவ்... Promotionஏ நான் போட்ட பிச்சை தானே... பேர் மாறிட்டா பிச்சை இல்லேனு ஆயிடுமா? ஒண்ணு தெரிஞ்சுக்க மாது... உனக்குனு இருக்கறது எப்பவுமே இருக்கும்... அது போகாது; அப்பிடியே போனாலும் திருப்பி வந்துடும்... But அது வரச்சே வேற formல வரும்... உனக்கு அடையாளம் தெரியாது... நீ புதுசுன்னு நெனைச்சுக்கிட்டிருக்க...

மாது : புரியல...

கிருஷ் : நாய்க்கு வாலை அளந்து வெச்சிருக்கு...

மாது : என்ன கிருஷ்ணா பழமொழிய தப்பா சொல்ற... ஆட்டுக்கு வாலை அளந்து வெச்சிருக்குன்னு தானே சொல்வாங்க...

(நாய் குரைப்பு சத்தம்)

கிருஷ் : இதுக்குத்தான் சொன்னேன்...

மாது : என்ன நாய் குரைக்குது... வாஸ்து நாய் குரல் மாதிரி இருக்கே... சனி வேண்டாம்னு பீச்ல கொண்டு போய் விட்டேன்...

கிருஷ் : அதான்... உனக்குனு இருக்கறது நீ வேண்டாம்னு சொன்னாலும் உன்னை விட்டுப் போகாது...

(**ஜானகி** entry)

ஜானகி : அண்ணா...

மாது : ஜானகி... வாசல்ல இருக்கற நாய்...

ஜானகி : நீ வேண்டாம்னு பீச்ல கொண்டு போய் விட்டுட்டு வந்த நாய்தான்... பாவம்... நான் இன்னிக்கு பீச்சுக்கு போயிருந்தேன்... என்னை எப்பிடியோ அடையாளம் கண்டுபுடிச்சு எங்கிட்ட வந்துடுச்சு... அதான்... அழைச்சிட்டு வந்துட்டேன்.

மாது : ஏம்மா அந்த அவஸ்தைய அழைச்சிட்டு வந்த...?

ஜானகி : நான் கூடத்தான் கல்யாணம் ஆகாம உனக்கு அவஸ்தையா இருந்துக்கிட்டிருக்கேன்...என்னை யும் ஒரு நாள் பீச்சுல கொண்டு போய் விட்டுட்டு வந்துடுவியா...?

மாது : ஏய் ஜானகி... என்ன உளர்ற?

ஜானகி : இத பார்ண்ணா... நல்லா கேட்டுக்க... தெரிஞ்சோ தெரியாமலோ அந்த நாய்கூட நான் ஆசையா பழகிட்டேன்... கொஞ்ச நாள் பொறுத்துக்க... எனக்குக் கல்யாணம் ஆகி நான் இந்த வீட்டை விட்டுப் போறச்சே இந்த நாயை அழைச்சிட்டு போயிடறேன்... நான் இந்த வீட்டுல இருக்கற வரைக்கும் நாயும் இங்கதான் இருக்கும்... நாயா... நானா... முடிவு பண்ணிக்க...

(Janaki exit)

மாது : என்னவோ பூவா தலையாங்கற மாதிரி Toss போட்டுட்டு போறா...

(நாய் குரைக்கும் சத்தம்)

மாது : அய்யய்யோ... அய்யோ... அய்யோ... கிருஷ்ணா... கிருஷ்ணா... இந்த சத்தம் சகிக்கல... என்ன இப்பிடி சத்தம் போடுது...

கிருஷ் : நாய் சத்தந்தான் போடும்... Noise... கேள்விப்பட்டதில்லியா...?

மாது : அய்யோ...

கிருஷ் : (சிரித்து) குரைக்கறது நாய் இல்ல... உள்ள இருக்கற நான்... His Master's Voice... உனக்குள்ளேருந்து பேசறதும் நான்தான்...

மாது : Atleast அந்த soundஅ mute பண்ணிடேன்...

கிருஷ் : இத பார் மாது... யாரா இருந்தாலும் Destinyனு ஒண்ணு இருக்கு... அதை கடவுள் நானா இருந்தாலும் மாத்த முடியாது... நீயோ நாயோ... Destinyஅ மாத்த முடியாது... But I can change the form...

(சீனு Entry)

மாது : யோவ்... யாருய்யா நீ... தொறந்த வீட்டுக்குள்ள ஏதோ நுழையற மாதிரி நுழையற...

கிருஷ் : மாது... ஏன் சிரமப்படற... ஏதோ ஏதோல்லாம் சொல்லி.. சும்மா நாய்னே சொல்லு...

மாது : அப்பிடினா...

கிருஷ் : நாயேதான்...

மாது : ஓ... மாத்தியாச்சா...

கிருஷ் : பாத்தா தெரியலியா? ஒண்ணு தெரிஞ்சுக்க மாது... Godஅ புரிஞ்சுக்க Awareness வேணும்... Dogஅ புரிஞ்சுக்க Bewareness வேணும்... Aware of God... Beware of Dog... முதல்ல அவனை கவனி...

சீனு : சார்... ஏதாவது வேலை இருந்தா கொடுங்க சார்... நாயா உழைப்பேன் சார்... வேலை இல்லாம இவ்ளோ நாள் தெருத் தெருவா அலைஞ்சு நாய் படாத பாடு பட்டேன் சார்... காலம்பூரா உங்களுக்கு நன்றியோட இருப்பேன் சார்...

மாது : போதுண்டா... இப்ப பாட்டி அப்பாலாம் வந்தா இவனை யாருன்னு கேப்பாளே? இவனுக்கு என்ன வேலை கொடுக்கறது...

சீனு : அங்க எங்கியோ பாத்து கேக்கறீங்களே... என்னை கேளுங்கய்யா... எனக்கு தெரிஞ்ச ஒரே வேலை watchman வேலை... அதை கொடுங்க...

(பாட்டி, ராமானுஜம், மைதிலி Entry)

பாட்டி : மாது... வாசல்ல கட்டியிருந்த நாயைக் காணுமே...

ராமா : யாருடா நீ... மறுபடியும் பிச்சைக்காரனா... ஏண்டா... உழைச்சு சம்பாதிக்க வேண்டியது தானே... உடம்பு கல்லு மாதிரி இருக்கு...

பாட்டி : என்னடா கல்லு கல்லுனு... மாது... நாய் எங்கடா...

மாது : பாட்டி... கல்லைக் கண்டா நாயைக் காணும்... நாயைக் கண்டா கல்லைக் காணும்...

(ஜானகி entry)

ஜானகி : என்னண்ணா... மறுபடியும் நாயை எங்கியாவது கொண்டு போய் விட்டியா...

மாது : இல்லம்மா... குளிப்பாட்டி நடுவீட்டுல நிக்க வெச்சிருக்கேன்...

பாட்டி : என்னடா உளர்ற...

மாது : பாட்டி... நாய் போனா என்ன இப்ப... அதுக்கு பதிலாதான் இவன் வந்துட்டானே... புது வாட்ச்மேன்... கம்பெனில எனக்காக கொடுத்திருக்காங்க... நாயும் காவல் காக்கப் போகுது... watchmanம் காவல் காக்கப் போறான்...

பாட்டி : சும்மாயிருடா... ஏன் தம்பி... உனக்குச் சொந்த ஊர் எது...?

சீனு : ராஜபாளையங்க... கவலையேபடாதீங்க... உங்க வீடு மட்டுமில்லை... உங்க Areaவுக்கே இனிமே திருட்டு பயம் கிடையாது...

பாட்டி : ஏண்டா மாது... புது வாட்ச்மேன் ரொம்ப பேசறானே... தம்பி... வாட்ச்மேன்னா வெறும் காவலோட நிறுத்திக்கணும்... குறைச்சுப் பேச ணும்.

மாது : பாட்டி... முன்ன குரைச்சான்... இப்ப பேச றான்...

பாட்டி : சும்மா இருடா... உன் பேரென்னடா...

மாது : ஒவ்வொரு வாட்டியும் வேலைக்கு சேர்றச்சே பேரை மாத்திருவாங்க... அத மாதிரி இங்க சார் என்ன பேர் வைக்கறாரோ அப்பிடியே கூப்பிடுங்க.

ராமா : என்னடாது... ஏதோ நாயா இருந்தாலும் டாமி, ஜிம்மி, ஜிக்கினு வெச்சுடலாம். இவனுக்கு என்ன வைக்கிறது...?

மாது : ஏம்பா கிடந்து திண்டாடறே... ஏதொ ஒரு பேரு... சீனுன்னு வையேன்... என்னப்பா... சீனு Okயா...

(சீனு தலையாட்ட)

ராமா : என்னடா... சம்பளம் ரொம்ப எதிர்பார்ப்பியா... எங்களால ஒரு ரெண்டாயிரந்தான் தர முடியும்...

மாது : அப்பா... சம்பளம் கம்பெனி கொடுக்கப் போகுது...

ராமா : அப்ப கம்பெனில சம்பளம் ஐயாயிரம்னு சொல்லு... ரெண்டாயிரத்த கொடுத்துட்டு மீதி மூவாயிரத்தை நம்ம எடுத்துக்கலாம்...

மாது : அப்பா... என்னப்பாது...

ராமா : சும்மாயிருடா.. நாய் வித்த காசு குரைக்கவா போகுது..

(Lights Off)

காட்சி-9

(மாது வெளியில் சென்றபடி)

மாது : மைதிலி... நான் ஆபீஸ் கெளம்பறேன்...

(மைதிலி, ஜானகி Entry)

மைதிலி : ஒரு நிமிஷம் ... போயிடாதீங்க. உங்ககிட்ட ஒரு விஷயம் பேசணும்...

மாது : என்ன...

மைதிலி : ஜானகி... சொல்லேண்டி...

ஜானகி : அண்ணா... என்னையும் இதுவரைக்கும் இருபது பேர் வந்து பொண் பாத்துட்டு போயிட்டாங்க... எதுவும் சரியா அமையல... பாவம் உனக்குத்தான் என்னால கஷ்டம்...

மாது : விடும்மா... உனக்குக் கல்யாணம் பண்ணி வைக்க வேண்டியது என்னோட duty...

ஜானகி : அதில்ல... இனிமே உனக்கு அந்த கஷ்டம் கெடையாது... மாப்ளைய நானே select பண்ணிட்டேன்...

மாது : அப்பிடி போடு... லவ் பண்ற... அதான... go ahead.. பையன் எங்க இருக்கான்...

ஜானகி : மெட்ராஸ்தான்...

மாது : வெரிகுட்... மெட்ராஸ்ல எங்க... மயிலாப்பூரா.. மாம்பலமா...

ஜானகி : மயிலாப்பூர்...

மாது : நம்ம ஏரியாதான்... எந்த தெரு...?

ஜானகி : நம்ம தெரு...

மாது : நம்ம தெருவா... எதிர்த்த வீடா...?

ஜானகி : இல்லை...

மாது : பக்கத்து வீடா...

ஜானகி : இல்லை...

மாது : பின்ன...

ஜானகி : நம்ம வீடு...

மாது : நம்ம வீடா...?!

ஜானகி : அண்ணா... நம்ம வாட்ச்மேன் சீனுவை நான் லவ் பண்றேன்...

மாது : (அதிர்ந்து) கிருஷ்ணா...

(பாட்டி, ராமானுஜம் entry)

மாது : அப்பா... அவ சொல்றதை கேட்டியா...

ராமா : ஏற்கனவே எங்கிட்ட சொல்லிட்டாடா... எனக்கு ok...

பாட்டி : எனக்கு ok இல்ல...

ராமா : ஏம்மா...

பாட்டி : பையன் நல்லாயிருக்கான்... அதபத்தி நான் ஒண்ணும் சொல்லல... ஆனா அவன் குலம், கோத்திரம் இதெல்லாம் என்னன்னு தெரிஞ்சுக்க வேண்டாமா...

மாது : பாட்டி... அதெல்லாம் தெரிஞ்சா நீ ரொம்ப வருத்தப்படுவ...

பாட்டி : அதை தெரிஞ்சுக்கறதுக்கு பையன் sideலர்ந்து ஒரு தடவை அவன் அப்பா அம்மாவெல்லாம் சம்பிரதாயமா பொண் பாக்க வரச் சொல்லிடு...

மாது : இவன் அப்பா அம்மாவையா... அவங்கள நான் எங்க போய் தேடுவேன்...

பாட்டி : அதில்லடா... வர்ற வியாழக்கிழமை ரொம்ப நல்ல

நாளா இருக்கு... Calenderல பாத்தேன்... Good Fridayனு போட்டிருக்கு... பொன் ஆப்டாலும் புதன் ஆப்டாது... மார்கழி திங்கள்னு ஆண்டாளே பாடியிருக்கா...

மாது : செவ்வாக்கிழமைய தவிர மத்த எல்லா நாளையும் சொல்லிட்ட...

பாட்டி : எப்பிடிடா செவ்வாக்கிழமைய சொல்லமுடியும்... இன்னிக்குத்தானே செவ்வாக்கிழமை...

ராமா : அம்மா சொல்றது கரெக்ட்... வர்ற வியாழக்கிழமை பொண் பாக்கறதுக்கு arrange பண்ணிடு... சீனுவோட அப்பா அம்மாவை வரச்சொல்லிடு...

(ராமானுஜம் exit; பாட்டி Exit; முறைத்துவிட்டு ஜானகி Exit)

மாது : கிருஷ்ணா... பாத்துண்டு என்ன சும்மா உக்காந் திருக்க...

கிருஷ் : ஏன்...

மாது : என்ன ஏங்கற... அந்த சீனு யார்...? ஒரு நாய்... நாய்க்கு போய் என் தங்கைய கல்யாணம் பண்ணி வைக்கிறதா...

கிருஷ் : டேய்... என்ன நாய்ங்கற... யார் நாய் இல்ல... நீ Promotionக்காக அலையற நாய்... கொஞ்ச நாள் முன்னாடி வரைக்கும் உங்க பாட்டி திருட்டு நாய்... உங்க அப்பா கச்சேரிங்கற பேர்ல சபால ஊளையிடற நாய்... என்னவோ நாய் நாய்ங்கறியே... என்னை பொறுத்தவரைக்கும் ஒரு உசுரு... அவ்ளோதான்... இவ்வளவு சொல்றியே ஒரு துறைல பெரிய ஆள்னா அதை எப்பிடி சொல்றோம்... ஜாம்பவான்னு சொல்றோம்ல... ஜாம்பவான் யாரு... ஜாம்பவான் உருவத்துல ஒரு கரடி... அவரோட பொண்ணு ஜாம்பவதியை நான் கல்யாணம் பண்ணிக்கிட்டிருக்கேன்..

Infact... நானும் ஜாம்பவதியும் ஒண்ணா இருக்கும் போது எங்க மாமனார் உள்ள நுழைவார்... பூஜை வேளைல கரடியா...

மாது : So அப்ப...

கிருஷ் : தாராளமா... வர்ற வியாழக்கிழமை அவங்கள பொண்ணு பாக்க வரச்சொல்லு...

மாது : என்ன பொண்ணு பாக்க வரச் சொல்ற... இந்த நாய்... I mean.. சீனு... அவனோட அப்பா அம்மாலாம் யாரு... எங்க இருக்கா...

கிருஷ் : அப்பிடி கேளு சொல்றேன்...

(கண் மூட)

மாது : என்ன பண்றே...

கிருஷ் : யோசிக்கிறேன்... ஒரு நிமிஷம்... ஆங்... கண்டு புடிச்சுட்டேன்... சீனுவோட அப்பா Vodafone dog.. விளம்பர மாடலா இருக்கார்... சீனுவோட அம்மா ஒரு road accidentல... தண்ணி லாரி அடிச்சு செத்துப் போயிட்டா...

மாது : அய்யய்யோ...

கிருஷ் : கவலைப்படாத... சீனுவுக்கு ஒரு நாய் மாமன்... சீ... தாய் மாமன் இருக்கான்... அவன் போலீஸ்ல மோப்ப நாயா இருக்கான்... வியாழக்கிழமை அவங்கள நான் வரவழைச்சுடறேன்... மீதி arrangementsஐ நீ பாரு...

(Lights Off)

காட்சி-10

(இருவருடன் கிருஷ்ணா நின்றிருக்க, மாது Entry)

மாது : கிருஷ்ணா... யார் இவங்க ரெண்டு பேரும்...

கிருஷ் : நல்லா கேட்ட போ... இதான் பையனோட அப்பா... சொல்லல... vodafone dog...

மாது : இது யாரு...?

கிருஷ் : வெளிய தாய்மாமன்... உள்ள நாய் மாமன்... போலீஸ் மோப்ப நாயா இருக்கான்...

மாது : Ok கிருஷ்ணா... நீ போயிடு... நீ இருந்தா உங்கிட்ட வேற பேசணும்... Disturbingஆ இருக்கும்...

(கிருஷ்ணா Exit; ராமானுஜம், பாட்டி, மைதிலி Entry)

மாது : அப்பா... புள்ளை வீட்டுக்காரங்கல்லாம் வந்தாச்சு...

ராமா : வாங்கோ... Welcome.. Welcome... **(இருவரும் சலனமின்றி நிற்க)** என்னடா மாது... Welcome Welcomeங்கறேன்... பதில் பேசாம கம்னு இருக்காங்களே...

மாது : அப்பா... நீ Welcome சொல்லக்கூடாது... வள்கம் சொல்லணும்...

ராமா : வள்கம்மா... என்ன கண்றாவியோ... வள்கம்... வள்கம்..

(சட்டென்று அருகில் வந்து)

ARS : ஆங்... இப்பிடி கூப்பிடவேண்டியதுதானே... நான் யார் தெரியுமா...? புள்ளையோட தாய்மாமன்... நான் நெனைச்சா இந்த கல்யாணத்தையே நிறுத்து வேன்... கொலைச்சுடுவேன் கொலைச்சு...

ராமா : என்னடாது... கொலைச்சுடுவேன் கொலைச்சுங் கறாரு.

மாது : அப்பா... அது தொலைச்சுப்புடுவேன் தொலைச்சு... நாய் தவறி... அது... வாய்தவறி வந்திருக்கும்...

பாட்டி : சீனு... என்ன... உங்க மாமா மனுஷனா இருந் துண்டு இப்பிடி நாய் மாதிரி வள்ளுவள்ளுனு விழறாரு...

சீனு : பாட்டி... அவர் வெளிலதான் man... உள்ள Doberman...

பாட்டி : டாபர்மேனா...?

மாது : அவர் போலீஸ்ல work பண்றாரு... அங்க நாயோட பழகிண்டிருக்காரா... அதனால் அந்த சுபாவம் வந்திடுச்சு... அதான் Dobermanங்கறான்...

சீனு : மாமா கொஞ்சம் ferocious...

மாது : உஷ்ஷ்...

பாட்டி : சீனு... நீ நல்லா உசரமா இருக்கே... உங்க அப்பா ஏன் குள்ளமா நச்னு இருக்கார்...?

மாது : நச்னு இல்ல... ஹச்னு இருக்கார்... ஆனா ஓட ஆரம்பிச்சார்னா Vodafone...

பாட்டி : ஆனா ஒண்ணு... உங்க அப்பா பாக்க சாதுவா இருக்கார்...

சீனு : ரொம்ப சாது பாட்டி... In fact நான் School போறச்சே... காணாமப்போன socksஐ தேடி கண்டு பிடிச்சுக் கொடுப்பார்... டை கட்டிண்டு போக மறந்துட்டேன்னா School Bus பின்னாடியே ஓடி வந்து கொடுப்பார்... Stamp ஒட்டறதுக்கு நாக்கை நீட்டுவார்...

பாட்டி : உச்... உச்... உச்...

(இருவரும் சுறுசுறுப்பாக அருகில் வந்து)

ARS : கூப்பிட்டீங்களா...?

ராமா : என்னடாது... மரியாதையா கூப்பிட்டப்பலாம் வரல... பாட்டி உச்... உச்...னு சொன்னவுடனே வந்து நிக்கறாங்க...

மாது : தயவு செஞ்சு கொஞ்ச நேரத்துக்கு யாரும் உச்சு கொட்டாதீங்களேன்...

கோபி : ரொம்ப நேரமா நின்னுண்டிருக்கோம்... கால் வலிக்கிறது... எங்கயாவது ஓரமா கட்டிப் போடுங் களேன்...

ராமா : கட்டிப்போடறதா... என்னடா ஒரே நாய் சம்பந்த மா இருக்கு...

மாது : சம்பந்தியே நாய்தாம்பா... நீங்க இப்படி உட் காருங்க...

(இருவரும் உட்கார)

ராமா : ஆனா ஒண்ணு-ஒம்பதரை மணிக்கு வரேன்னீங்க ... டாண்ணு வந்துட்டீங்க...

ARS : அதை ஏன் கேக்கறீங்க... நாலுகால் பாய்ச்சல்ல நுரை தப்ப ஓடி வந்தோம்...

பாட்டி : சீனு... நீ இன்னும் அந்த கேள்விக்கு பதில் சொல்லவேயில்லியே... உங்க அப்பா குள்ளமா இருக்கார்... நீ எப்படி உசரமா இருக்கே?

சீனு : அது... எங்கப்பா ஜாதில எல்லாரும் குள்ளந்தான்... ஆனா எங்கம்மா நல்ல உசரம்... அல்செஷி... நான் Cross...

பாட்டி : Crossஆ...?

மாது : நான் சொல்லலியா பாட்டி... அவ அம்மா roadஐ Cross பண்றச்சே லாரில அடிபட்டு போயிட்டா... அதைத்தான் சொல்றான்...

(மணிச்சத்தம் கேட்க)

மைதிலி : என்ன சத்தம் இது...?

மாது : ஒண்ணுமில்லம்மா... வழக்கமா போற நாய் வண்டிதான்...

(சீனுவுடன் இருவரும் வினாடியில் ஓடி வெளியேற)

ராமா : என்னடாது...

மாது : சும்மாயிருப்பா... நீ வேற என்னடாது என்னடாதுன்னு என் பிராணனை வாங்கற... போயாச்சு நாய் வண்டி...

(மூவரும் பயத்துடன் வெளியே வர)

மாது : மைதிலி... புள்ள வீட்டுக்காரங்க வந்திருக்காங்க.. சாப்பிடறதுக்கு சொஜ்ஜி பஜ்ஜி கொடும்மா...

கோபி : இத பாருங்க... நாங்க சொஜ்ஜி பஜ்ஜிலாம் சாப்பிடறதில்ல...

ராமா : பின்ன...

ARS : பொறை பிஸ்கெட் ஏதாவது இருந்தா கொண் டாங்க...

மைதிலி : பொறை பிஸ்கெட்டா... அதெல்லாம் இல்லியே...

மாது : சரி... காபி கொண்டாயேம்மா...

கோபி : ஒரு நிமிஷம்... காபியை கப்லியோ டம்ளர்லியோ கொண்டு வராதீங்க...

ராமா : அப்றம்...

ARS : சாஸர்ல ஊத்திக் கொண்டு வாங்க...

ராமா : என்னடாது... சாஸர் சீஸர்ங்கறாரு...

கோபி : என் பேரு எப்பிடி தெரியும் உங்களுக்கு...

ராமா : உங்க பேரா... நான் சொல்லவேயில்லியே...

கோபி : இப்ப சொன்னீங்களே... சீஸர்னு...

ராமா : என்னடாது... அப்பா பேரு சீஸரா...

மாது : இல்லப்பா... சீனிவாசன்... சுருக்கமா சீஸர்ம்பா...

ராமா : மாமா பேரு...?

ARS : ஜிம்மி...

ராமா : ஜிம்மியா...?

மாது : ஜீனிவாஜன்... சுருக்கமா ஜிம்மி... அப்பா பேரு ஜிம்மி... அம்மா பேரு மம்மி... போதுமா.. அவங்க என்ன... பொண்ணு பாக்க வந்திருக் காங்களா... இல்ல நீங்க பேட்டி எடுக்கறதுக்காக வந்திருக்காங்களா... ஜானகிய கூப்பிடு...

(மைதிலி போய் ஜானகியை அழைத்து வர)

இதுதான் என் தங்கை ஜானகி... உங்க பையன் சீனுவை ஆத்மார்த்தமா லவ் பண்றா... இருந்தாலும் பெரியவங்க உங்க சம்மதம்...

கோபி : எங்களுக்கு Ok...

ARS : இருங்க... எனக்கு Ok இல்ல...

மாது : புரிஞ்சு போச்சு... வரதட்சணை சீர்வரிசை இத பத்திதானே... பொண்ணுக்கு கைல வளையல், வைரத்தோடு... எங்கம்மாவோட வைர மூக்குத்தி இருக்கு...

ARS : அதெல்லாம் எதுவும் வேண்டாம்... கழுத்துல பட்டையா ஒரு செயின் போடுங்க... அப்பதான் Ok.

ராமா : என்னடா மாது... தடபுடலா சீர்வரிசை வரதட் சணை எல்லாம் கேப்பானு பாத்தா... மாமன்காரன் Chain போதுங்கறான்...

மாது : அப்பா... அவர் சுபாவம் அப்பிடி... மாத்த முடி யாது... கேள்விப்பட்டதில்லியா.. நாய் வாலை நிமிர்த்த முடியாது...

ராமா : என்னவோ... எப்ப பார்... நாய் நாய்ங்கற...

மாது : உஷ்ஷ்... அப்பறம்... கல்யாணத்தை எப்ப வெச்சுக்கலாம்...

கோபி : Coming Sunday...

மாது : Coming Sunday...? ஆ... இன்னும் 3 நாள்தான் இருக்கு...

கோபி : அப்ப next Sunday வெச்சுக்கங்க...

ராமா : அது என்ன Sunday Sundayங்கறா... முகூர்த்த நாளா...

மாது : Sundayதாம்பா அவங்களுக்கு முகூர்த்த நாள்...

ராமா : என்ன சொல்ற...

மாது : Sundayனா என்ன... நாயித்துக்கிழமை...

(Lights Off)

காட்சி-11

(ராமானுஜம் போனில் பேசிக் கொண்டிருப்பது)

ராமா : Thank you... Thank you... Thank you., ரொம்ப சந்தோஷம்... Definite ஆ ஒத்துக்கறேன்... It's a honour...

(போனை வைக்க, மாது, மைதிலி entry)

மாது : யாருக்குப்பா இவ்ளோ thanks...

ராமா : இந்த மாசக் கடைசில எனக்கு ஒரு பட்டம் கொடுக்கறா...

மாது : யாரு...?

ராமா : வேற யாரு... கிருஷ்ண கான சபாதான்...

மாது : என்ன பட்டம்...?

ராமா : மூங்கில் மழை...

மைதிலி : மூங்கில் மழையா...

மாது : இல்லம்மா... Flute மூங்கில்லதான பண்றா... அதான் மூங்கில் மழை...

மைதிலி : மழை எதுக்கு...

மாது : அப்பா உச்சஸ்தாயியில் வாசிக்கறப்ப Front Rowல இருக்கறவங்களுக்கெல்லாம் எச்சில் மழை தெறிக்கும்... அதான் மூங்கில் மழைன்னு கொடுக்கறா போலருக்கு...

(போன் அடிக்க; மைதிலி எடுத்து)

மைதிலி : Yes... டைப்பிஸ்ட் ராமானுஜம் வீடுதான்...

மாது : அய்யோ... டைப்பிஸ்ட் இல்லம்மா... Flutist...

(ராமானுஜம் போனை வாங்கி)

ராமா : ஆமா யாரு...? பாம்பே ஷண்முகானந்தாவா... சொல்லுங்கோண்ணா... ரொம்ப Sorry... நான் கச்சேரிக்கு ஒத்துண்டேன், இல்லேங்கல... ஆனா நான் இன்னிக்கு அமேரிக்காவுக்கு கௌம்பிண்டிருக்கேன்... Clevelandல தியாகராஜர் ஆராதனை... மன்னிச்சுக்கோங்கோ... உங்களுக்கு நான் அடுத்த வருஷம் பண்ணித் தரேன்... **(போனை வைக்க)**

மாது : என்னப்பா... ஷண்முகானந்தாவிடம் ஒத்துண்டு அமெரிக்கா வந்தவுடனே அதை கழட்டி விடறியே...

ராமா : ஆமாண்டா... நான்... டிரம்ஸ் சிவமணி... கடம் விக்கி விநாயக்ராம்... மூணு பேரோட Fusion...

மாது : இது Fusion இல்ல... நாலு இடத்துல ஒத்துண்ட Confusion...

ராமா : ஏய்... அது பெரிய levelல ஜுகல்பந்திடா... பந்திக்கு முந்து கேள்விப்பட்டதில்லியா...

(பாட்டி வந்து)

பாட்டி : என்னடா ராமானுஜம்... உனக்கு Clevelandல என்னிக்கு கச்சேரி...?

ராமா : வர்ற 13ம் தேதி... ஏன்...?

பாட்டி : அடடா... நான் அன்னிக்கு பிட்ஸ்பர்க்ல இல்ல இருக்கேன்...

மாது : பாட்டி... பிட்ஸ்பர்க்கா...

பாட்டி : ஆமாண்டா... அங்க ஒரு Charity Show...

மாது : நீ போறியா...?

பாட்டி : நல்லா கேட்ட போ... நான் மட்டுமா. இண்டியாலேர்ந்து மூணு பேர் போறோம்...

மாது : யாரு... நீ, டிரம்ஸ் சிவமணி... கடம் விக்கு விநாயக்ராம்... இது ஏக ஜுகல்பந்தியா இருக்கே...

பாட்டி : ஏய்... நான்... ஷோபா டே... அருந்ததி ராய்... ஷபானா அஸ்மி முடிஞ்சா வரேன்னிருக்கா... இந்த சோமாலியா Childrenக்காக Fund Raising... Michael Jackson Show...

மாது : அடேங்கப்பா...

பாட்டி : அப்பறம் ராமானுஜம்... நான் British Airwaysல போறேன்... நீ எந்த Flightல போற?

ராமா : அல்போன்ஸா...

மாது : அப்பா... அது அல்போன்ஸா இல்ல... சரியான அல்பன்ஸா இருக்கியே... அது Lufthansa...

ராமா : சரி, நான் Packingஐ கவனிக்கிறேன்...

பாட்டி : மைதிலி, மறக்காம Sweater எடுத்து வெச்சுடு...

(பாட்டி, ராமானுஜம், மைதிலி Exit)

(ஜானகி, சீனு Entry)

ஜானகி : சொல்லுங்க...

மாது : என்னம்மா...

சீனு : மாது... எனக்கு வேலை கெடைச்சிடுச்சு...

மாது : எங்க... அமெரிக்காலனு மட்டும் சொல்லிடாத...

சீனு : Blue Crossல வேலை கெடைச்சிருக்கு...

மாது : Blue Crossஆ... நானே உன்னை சேத்து விடறதா இருந்தேன்...

ஜானகி : ஆனா இவர் ஒத்துக்க மாட்டேங்கறாரே...

மாது : ஏன்...?

சீனு : இல்ல மாது... Blue Crossல கொஞ்சம் நாய்லாம் இருக்குமாமே...

மாது : அதனால...

சீனு : இல்ல... நாய்னா எனக்கு கொஞ்சம் பயம்...

மாது : ஓ... அந்த அளவுக்கு மாறிட்டியா நீ... என்னம்மா... மாப்ளை உன்னை நல்லா கவனிச்சுக்கறாரா..

ஜானகி : அதை ஏன் கேக்கற... வாலை குழைச்சுண்டு என்னையே சுத்திச் சுத்தி வந்திண்டிருக்கார்... சரி வரோம்ணா...

(இருவர் Exit)

(வாந்தி சத்தம்)

மாது : அப்பா... Flightல போற. கண்டதை திங்காதேன் னேன்... Vomit எடுக்கற பாரு...

கிருஷ் : அது உங்க அப்பா இல்ல..

மாது : அப்ப வாந்தி எடுத்தது பாட்டியா...

கிருஷ் : இருக்காது... நான்தான் எடுக்கற பாட்டியை கொடுக்கற பாட்டியா மாத்திட்டேனே. இனிமே பாட்டி வாந்தி கூட எடுக்க மாட்டா...

மாது : பின்ன யாரு...?

(மைதிலி Entry)

மைதிலி : நான்தான்...

மாது : மைதிலி... ஏன் வாந்தி எடுத்தே?

மைதிலி : போங்க... எனக்கு வெக்கமா இருக்கு...

மாது : எடுத்தாச்சு... அப்பறம் என்ன வெக்கம்... இந்த வெக்கம் வாந்தி எடுக்கறதுக்கு முன்னாடி வந்திருக்கணும்...

மைதிலி : அய்யோ... Congratulations... நீங்க அப்பாவாக போறீங்க...

(மைதிலி Exit)

மாது : கிருஷ்ணா... என்ன சொல்றா இவ...

கிருஷ் : புரியல... உங்க அப்பா தாத்தாவாகப் போறாரு... பாட்டி கொள்ளு பாட்டி ஆகப்போறா...

மாது : ஏன் கிருஷ்ணா... நாயத்தான் மனுஷனாக்கின... எங்களையும் ஏன் இப்பிடி மாத்தற...

கிருஷ் : அவ தெரியாம சொல்லிட்டா... நீ அப்பா ஆகப் போறதில்ல... பயங்கற மப்பா ஆகப்போற... மைதிலிக்கு குழந்தை பொறக்கப் போகுது...

மாது : அப்பிடியா... கிருஷ்ணா... நீ குசேலனுக்குக் கூட இவ்ளோ கொடுத்ததில்ல போலருக்கு... ரொம்ப thanks கிருஷ்ணா... குசேலன் அவல் கொடுத்தான்... நான் Chocolate கொடுத்தேன்.

கிருஷ் : So... you are happy...

மாது : Very much happy...

கிருஷ் : Satisfied...

மாது : Immensely Satisfied...

கிருஷ் : Ok... Good... அப்ப நான் கௌம்பறேன்... See you... Bye...

மாது : ஏய்... ஏய்... ஏய்... ஏன் கௌம்பற...

கிருஷ் : உன் Life நல்லா Settle ஆயிடுச்சு... இனிமே நான் எதுக்கு...?

மாது : நல்லா சொன்ன போ... இப்பதான் Lifeஏ ஆரம்பிச்சிருக்கு... குழந்தை பொறக்கணும்... அது நல்லபடியா பொறக்கணும்... அது நல்லபடியா வளரணும்... ஸ்கூல்... ஆங்... LKG Admission.. முக்கியமா கடவுள் Help அதுக்குத்தான் தேவை. அவன் படிச்சு பாஸ் பண்ணி வேலைக்கு போயி... எவ்ளவோ இருக்கு, நீ பாட்டுக்குக் கௌம்பறேங்கற...

கிருஷ் : இத பார் மாது... எல்லாத்துக்கும் நான் Help பண்ணிட்டா அப்பறாம் Lifeல உனக்கு ஒரு Charmஏ இருக்காது... Challengeஐ Face பண்றது தான் வாழ்க்கை...

மாது : No.. No.. No.. No.. கிருஷ்ணா... நீ வந்த அன்னிக்கு என்ன Promise பண்ண... ஞாபகமிருக்கா... மூணு மாசம் எங்கூட இருக்கறதா... ஒன்றரை மாசந்தான் ஆகுது. இப்பிடி பாதில அம்போனு விட்டுட்டு போறியே...

கிருஷ் : இல்ல மாது... எனக்கும் கொஞ்சம் Homesickஆ இருக்கு...

மாது : அப்ப Promise...? இத பார்... கிருஷ்ணா... சத்தியத்தை மீறிப் போனே... அப்பறம் உம்மாச்சி கண்ணை குத்தும்...

கிருஷ் : சத்தியத்தை நீ திருப்பி வாங்கினுட்டா... If you take back the promise.. நான் போகலாமே...

மாது : No. I will not take back the promise...

கிருஷ் : என்ன மாது இது... என்னை விட மாட்டேங் கறியே...

மாது : அதான்... உன்னை விட முடியாது...

(போலீஸ் Entry)

இன்ஸ் : இங்க மாதுங்கறது யாருங்க...

மாது : நான்தான் மாது...

இன்ஸ் : சார்... என்ன சார் அநியாயம் பண்றீங்க... படிச்ச ஆள் இப்பிடி Behave பண்ணலாமா... ஏதோ கிருஷ்ணன்னு ஒருத்தரை வீட்டுல ஒளிச்சு வெச்சுக்கிட்டு விட மாட்டேங்கறீங்களாமே...

மாது : சார்...

இன்ஸ் : ஆமா சார்... அவரோட Wives பாமா ருக்மணின்னு ரெண்டு பேர் Police Stationல Complaint கொடுத் துட்டு Wait பண்ணிக்கிட்டிருக்காங்க... வாசல்ல பெண்ணுரிமை சங்கத்துலர்ந்து ஒரு கும்பல் கூச்சல் போட்டுக்கிட்டிருக்காங்க... இதோ இருக்காரே கிருஷ்ணர்... சார்... நீங்க வாங்க சார்...

மாது : கிருஷ்ணா... அவர் கண்ணுக்கு நீ தெரியறியா.. எப்பிடி...

கிருஷ் : அதான் தெரியல... என் Wivesக்கு என்னை விட பவர் ஜாஸ்தி... ஒரு வேளை பாமா ருக்மணி Power Work Out ஆகுது போலருக்கு... இன்ஸ்பெக்டர்... என்னால வர முடியாது...

இன்ஸ் : ஏன்...

கிருஷ் : நான் இவர் கிட்ட Promise பண்ணியிருக்கேன்... இவர் போன்னு சொன்னாதான் நான் வர முடியும்...

இன்ஸ் : என்ன வெளையாடறீங்களா... கிருஷ்ணா... நான் உங்களை Arrest பண்ணி அழைச்சுட்டு போறேன்... அப்ப என்ன பண்ணுவ... You are Under Arrest...

கிருஷ் : மாது...

மாது : இன்ஸ்பெக்டர்... நீங்க வெளையாடறீங்களா... Arrest Warrant இருக்கா...

இன்ஸ் : இருக்கு... உம் பேர்ல... இவரை நீ Release பண்ணலேன்னா நீ வா... உன்னை அழைச் சிட்டுப் போறேன்... ஸ்டேஷன்ல வெச்சு முட்டிக்கு முட்டி தட்டிடுவேன்... குத்தம் No.1 ஒரு ஆளை மறைச்சு வெச்சது... குத்தம் No.2 போலீஸை கடமையாற்ற விடாம தடுத்தது... இப்ப சொல்லு... ரெண்டு பேர்ல யாரை Arrest பண்றது...?

மாது : நீ அவரையே பண்ணிக்கப்பா... அவர் பொறக் கறச்சவே Jailலர்ந்து தப்பிச்சவர்தான்...

கிருஷ் : மாது...

மாது : Sorry கிருஷ்ணா... நான் ஜெயிலுக்கு போனேன்னா வேலை போயிடும்...

இன்ஸ் : கிருஷ்ணர் வாங்க...

(இன்ஸ்பெக்டர் கிருஷ்ணனுடன் Exit)

மாது : Sorry கிருஷ்ணா... Sorry கிருஷ்ணா...

(ராமானுஜம் இன்ஸ்பெக்டருடன் Entry)

ராமா : என்ன மாது sorry sorryனு சொல்லிண்டிருக்க... வாங்கோ... யார் தெரியுதா... நம்ம ஏரியா இன்ஸ் பெக்டர் ஏகாம்பரம்... என்னோட கச்சேரிக் கெல்லாம் securityக்கு வருவார்... இந்த பக்கமா

வந்தார்... சரி... டிபன் சாப்பிட்டு போங்கன்னு கூப்பிட்டேன்...

(ராமானுஜம் Exit)

மாது : சார்... நீங்களா...

ஏகா : ஏங்க...

மாது : கிருஷ்ணர் எங்க...

ஏகா : எந்த கிருஷ்ணன்...

மாது : இப்ப நீங்க Arrest பண்ணீங்களே... பாமா ருக்மணி கிருஷ்ணன்...

ஏகா : என்ன சார்... உங்க பையன்... கிருஷ்ணன் பாமா ருக்மணினுலாம் சொல்றார்...

(ராமானுஜம் குரல்)

ராமா : அவன் கொஞ்சம் கிருஷ்ண பைத்தியம்... நீங்க உள்ள வாங்க... டிபன் சாப்பிட...

(ஏகாம்பரம் Exit)

மாது : கிருஷ்ணா...

(கிருஷ்ணர் குரல்)

கிருஷ் : மாது... முதல்ல இன்ஸ்பெக்டரா வந்தது நான் தான்... உங்கிட்டேர்ந்து தப்பிக்க எனக்கு வேற வழி தெரியல... ஆனா ஒண்ணு... உனக்கு பிரச்னைனு வந்தவுடனே என்னையே கழட்டி விட்ட பாத்தியா... இதான் மனுஷங்கறது... Anyway... உங்கூட இருந்த இந்த ஒன்றரை மாசத்தை என்னால மறக்க முடியாது... புள்ளையாருக்கு மூஞ்சூறு... முருகனுக்கு மயில்... எனக்கு கருடன் மாதிரி உங்களுக்கும் ஒரு வாகனம் இருக்கு... அது என்ன தெரியுமா... அதான் கடவுள்... Yes.. Your Vehicle is God... அதுல உங்க பாரத்தை இறக்கி வெச்சுட்டு சவாரி பண்ணு... உனக்கு நான் கொடுத்த Free Will... Driving... சத்யம் தர்மம் இது மாதிரி சிக்னலுக்கு கட்டுப்பட்டு ஒழுங்கா ஓட்டினா You Will Reach

The Destination Without Accident... கடவுள நம்பு... ஆனா கடவுளை மட்டும் நம்பாத... உன்னையும் நம்பு... Good Bye...

(குழலிசை)

(போன் மணி அடிக்க)

மாது : ஹலோ...

குரல் : ஹலோ... நான் ஆறுமுகம் பேசறேன்... எங்க அண்ணன் அங்க வந்தாரா...

(மாது போனை வைக்க, பிள்ளையார் வந்து)

பிள்ளை : மாது...

மாது : என்னது இது... பெருமாள் புடிக்க புள்ளையாரா முடிஞ்சிடுச்சு...

(திரை)

சுபம்